கலைஞர் 100
கவிதைகள் 100

தொகுப்பு
கவிப்பேரரசு வைரமுத்து

வெளியீட்டு எண்: 0258

கலைஞர்100
கவிதைகள்100
தொகுப்பு : **கவிப்பேரரசு வைரமுத்து**

kalaignar100
kavithaikal100
First Edition: August - 2024
ISBN: 978-81-19541-07-2

பக்கம்-246, ரூபாய்.500

Publisher • Sales Rights

Discovery Publications
No. 9, Plot,1080A, Rohini Flats, Munusamy Salai,
K.K.Nagar West, Chennai - 78.
Tamilnadu, India.
Mobile: +91 99404 46650

Discovery Book Palace (P) Ltd
No. 1055-B, Munusamy Salai,
K.K.Nagar West,
Chennai-600 078.
Ph: (044) 4855 7525
Mobile: +91 87545 07070

discoverybookpalace@gmail.com / www.discoverybookpalace.com

இந்த நூலில் பிரசுரமாகியுள்ள எந்த ஒரு பகுதியையும் எழுத்துபூர்வமான முன்அனுமதி பெறாமல் எடுத்தாள்வதோ, மறுபிரசுரம் செய்வதோ, மொழியாக்கம் செய்வதோ, ஊடகங்களில் மறுபதிப்பு செய்வதோ, காப்புரிமைச் சட்டப்படி தடை செய்யப்பட்டுள்ளது. இந்த நூலிலிருந்து சில பகுதிகளை மேற்கோள்காட்டி நூல்அறிமுகம் செய்யலாம்.

உங்கள் மொபைல் போனிலிருந்து ஸ்கேன் செய்து 'டிஸ்கவரி புக் பேலஸ்' மொபைல் ஆப்பை டவுன்லோடு செய்து, புத்தகங்களை வாங்குங்கள்.

வாழ்த்துரை

மு.க. ஸ்டாலின்
தமிழ்நாடு முதலமைச்சர்

தலைமைச் செயலகம்
சென்னை – 600 009.

16.07.2024

நூற்றாண்டின் கவிக்குரல்கள்

கலைஞர் 100 – கவிதைகள் 100 என்ற நூலைத் தொகுத்தளித்திருக்கிறார் கவிப்பேரரசு வைரமுத்து அவர்கள். புரட்சிக் கவிஞர் தொடங்கி இன்று வரை – அதாவது ஒரு நூற்றாண்டின் கவிஞர்கள் அனைவரது படைப்புகளும் இதில் அடங்கி இருக்கின்றன. நூற்றாண்டின் நாயகராம் கலைஞர் அவர்களை, இந்த நூற்றாண்டின் கவிஞர்கள் அனைவரும் பாராட்டிப் போற்றி இருப்பது பெருமைக்குரியதாகும். கலைஞரின் பெருமையும் இதில் வெளிப்படுகிறது. இந்தக் கவிஞர்களின் பெருந்தன்மையும் வெளிப்படுகிறது.

கவிப்பேரரசு வைரமுத்து அவர்கள் தொகுத்தளித்திருக்கும் கவிதைகள், வைரமாகவும் முத்தாகவும் இருக்கின்றன. ஏனென்றால், இவை அனைத்தும் கலைஞர் எனும் தமிழ்ச் சுரங்கத்தைப் பற்றியவை!

தனி நூலகமாக வைக்கும் அளவுக்கு எழுதிக் குவித்தவர் முத்தமிழறிஞர் கலைஞர் அவர்கள். ஆனாலும் அவர் எழுத்தில் முதலில் முளைத்தது கவிதைகள்தான்.

பதினான்கு வயதில் பைந்தமிழ்க் கொடியைத் தாங்கி,

"வாருங்கள் எல்லோரும் இந்திப்
போருக்குச் சென்றிடுவோம் – வந்திருக்கும்
இந்திப் பேயை விரட்டித் திருப்பிடுவோம்.
ஓடி வந்த இந்திப் பெண்ணே கேள்! நீ
தேடி வந்த கோழையுள்ள நாடிதல்லவே!"

– என்று போர்ப் பரணி பாடினார் கலைஞர்.

முதலில் எழுதியதே போர்ப் பரணிப் பாட்டுதான். அதனால்தான் கலைஞரது வாழ்க்கையே கலிங்கத்துப் பரணி வாழ்க்கையாக அமைந்திருந்தது.

தனக்கு வாய்த்த தமிழை, தமிழர்க்கு வார்ப்பித்தவர் கலைஞர். இலக்கிய வளத்தையும், சொல்லாற்றலையும் கற்பனைத் திறனையும் கவியாற்றலையும்

மொழிக்கும் இனத்துக்கும் நாட்டுக்கும் பயன்படுத்தியவர் கலைஞர். அவரால் எழுத்தாளர் ஆனவர், கவிஞர் ஆனவர், கலைத்துறையில் செயல்பட்டவர், இலக்கியத்தில் வலம் வந்தவர் அதிகம்.

அரசியலில் அனைத்து உயரங்களையும் தொட்ட கலைஞர் அவர்கள், இலக்கியத்திலும் அனைத்து உயரங்களையும் தொட்டார். கவியரங்க மேடைகளில் அவர் தலைமை வகித்தாலும், அவையடக்கம் அவரது பண்படக்கமாக இருந்தது.

"இவர் போலக்
கவிதை வளத்தைப் பெற்றேனில்லை
கவிதை பாடக் கற்றேனில்லை
தளையறுத்த வீரர் கதை பாடுவதால்
தளையகற்றிப் பாடுகின்றேன் நானும் – அவர்
தொடை தட்டித் துரோகிகளை வீழ்த்தியதால்
தொடை தட்டும் என் பாட்டும்!
தொடை தட்டித் துரோகிகளை வீழ்த்தியதால்
தொடை தட்டும் என் பாட்டும்! – என் கவிதை
யாப்பின்றிப் போனாலும் போகட்டும் – நம் நாடு
மொழிமானம் உணர்வெல்லாம்
காப்பின்றிப் போதல் கூடாதெனும் கொள்கை கொண்டோன்!"

– என்று தன்னை அறிமுகம் செய்து கொண்டு கனல் தெறிக்கும் கவிதைகளை இந்த தமிழ்ச் சமுதாயத்துக்காகத் தீட்டித் தந்தவர் கலைஞர்.

பேரறிஞர் பெருந்தகை அண்ணா அவர்கள் மறைந்தபோது கலைஞர் தீட்டிய கண்ணீர்க் கவிதையை யாரும் மறந்திருக்க முடியாது.

"இயற்கையின் சதி எமக்குத் தெரியும் அண்ணா – நீ
இருக்குமிடந்தேடி யான் வரும் வரையில்
இரவலாக உன் இதயத்தைத் தந்திடண்ணா ...
நான் வரும்போது கையோடு கொணர்ந்து அஃதை
உன் கால் மலரில் வைப்பேன் அண்ணா...."

- என்ற வரிகளை கலங்கிய குரலில் கேட்டால் இன்றும் கண்ணீர் வரவைக்கும். 'இரவலாக இதயத்தைக் கேட்டது உலகத்தில் நீங்கள்தான்' என்று பாராட்டினார் தமிழ்த் திரையுலக கர்த்தாக்களில் ஒருவரான எஸ்.எஸ். வாசன் அவர்கள். அத்தகைய உலகப் புகழ் பெற்ற கவிஞராம் கலைஞர் குறித்து 100

-2-

கவிஞர்கள் எழுதிய 100 கவிதையைக் கவிப்பேரரசு வைரமுத்து தொகுத்தளித்திருப்பது கலைஞரின் நூற்றாண்டு விழாவுக்கு மகுடம் வைப்பதாக அமைந்துள்ளது.

மரபுக் கவிஞர்கள், புதுக்கவிஞர்கள், உணர்ச்சிக் கவிஞர்கள், திரைக் கவிஞர்கள், பாடலாசிரியர்கள், பேராசிரியர்கள், எழுத்தாளர்கள், இலக்கியவாதிகள் என அனைவரும், இவை அனைத்தையும் உள்ளடக்கிய கலைஞரைக் கவிதையால் காட்சிப்படுத்தி இருக்கிறார்கள். ஒவ்வொரு கவிதையும் ஒவ்வொரு விதத்தில் கலைஞரைப் படம் பிடிப்பதாக இருக்கிறது. கவிதைக்குக் கவிதை, வரிக்கு வரி, சொல்லுக்குச் சொல் கலைஞர் மிளிர்கிறார். அதன் மூலமாக தமிழுக்கும் ஒரு கவிப்பனுவல் கிடைத்துள்ளது.

"தலைவர்க்கும், கவிஞர்க்கும், பிற தகைமைசால் மேதைக்கும்
தமக்குப் பின் வருகின்ற பரம்பரையே தகுதியாகும்"

- என்று எழுதினார் தலைவர் கலைஞர் அவர்கள். கலைஞருக்குப் பின் வந்த தகுதிசால் கவிஞர்கள் பலரும் இதில் இடம்பெற்றிருப்பது கலைஞர்க்குக் கிடைத்த சிறப்பே ஆகும்.

கலைஞர் அவர்கள் வாழ்ந்த காலத்திலேயே இப்படி ஒரு நூல் வெளியாகவில்லையே என்பதில் எனக்கு வருத்தம்தான். நிறைவுற்ற பிறகும் கலைஞரைப் போற்ற கவிப்படை திரண்டு இருப்பதும் பெருமைதான்!

கலைஞருக்குக் கவி மாலை அணிவித்து வந்த கவிப்பேரரசு வைரமுத்து அவர்கள், கவிஞர்களின் மாலையைத் தொகுத்தளித்திருப்பதற்கு எனது மனமார்ந்த நன்றியைத் தெரிவித்துக் கொள்கிறேன்.

அன்புடன்,

(மு.க.ஸ்டாலின்)

-3-

நூறு குயில்கள் பாடும் வனாந்தரம்

- கவிப்பேரரசு வைரமுத்து

இது -
உங்கள் கரங்களில் ஒரு குழந்தைபோல் தவழும்
இதோ இது -
இலக்கிய வரலாற்றில் மிகப்பெரிய ஆவணம்.

இந்த முன்னுரையில் இலக்கிய நேர்மை தாண்டி நான் சற்றே உணர்ச்சிவசப்பட்டிருக்கிறேன் என்று கருதும் விமர்சகர்கள் வெளியேறி விடுங்கள். இந்த இடத்தில் உணர்ச்சிவசப்படாதவன் உணர்ச்சியின் நரம்புகள் அற்றவன்.

உள்ளம் பிரவாகம் கொள்ளவும், உணர்ச்சிகள் குமிழியிடவும் காரணங்கள் உண்டு. நானறிந்த இந்திய அரசியல் பெருவெளியில் ஓர் இனக்குழுத் தலைவனுக்கோ, இந்திய தேசியத் தலைவனுக்கோ தான் வாழ்ந்த காலத்தின் 100 கவிஞர்களால் பாடப்பட்ட பெரும்புகழ் கலைஞரைத் தவிர வேறெவருக்கும் வாய்த்ததில்லை என்றே தோன்றுகிறது.

ஓர் இயக்கத்தின் தலைவர், ஒரு மாநிலத்தின் முதலமைச்சர் என்ற அதிகார பிம்பத்துக்காக இந்தக் கவிஞர்களில் யாரும் பேனா அசைக்கவில்லை. மொழியும் மொழிசார்ந்த வகையிலும், திறமும் திறம்சார்ந்த வகையிலும், உழைப்பும் உழைப்பு சார்ந்த வகையிலுமே கலைஞரை இவர்கள் கொண்டாடிக் கூத்தாடு கிறார்கள்.

அரசு ஆணை பிறப்பித்து ஒரு கவிதை எழுதவியலாது. அவனவன் சிரசு ஆணை பிறப்பிக்காவிடில் கவிதையில் ஓர் அசையும் அசையாது. அந்த வகையில் இந்த 100 கவிஞர்களும் ஏதோ ஒரு தளத்தில் குறிப்பாகத் தமிழ்த் தளத்தில் கலைஞரை நேசித்தவர்கள். அவரால் பயன்பெற்றவர்கள் என்பதைவிட அவரது சமூகப் பயனை உணர்ந்தவர்கள்.

பெரும் பெருமக்களின் கவிதைகளால் இந்தத் தொகுப்பு வரலாற்று வசீகரம் பெறுகிறது. புரட்சிக் கவிஞர் பாரதிதாசன் நாமக்கல் கவிஞர் வெ.ராமலிங்கம் - கவியோகி சுத்தானந்த பாரதியார் டாக்டர் மு.வரதராசனார் பெரும்புலவர் சி.இலக்குவனார் - கவியரசி சௌந்தரா கைலாசம் இலக்கிய விஞ்ஞானி குலோத்துங்கன் என்ற வா.செ.குழந்தைசாமி உச்ச நீதிமன்ற நீதியரசர் ச.மோகன் - உவமைக் கவிஞர் சுரதா பெரும்பாட்டுப் புலவர் அ.மருதகாசி - கவியரசர் கண்ணதாசன் - பெருங்கவிஞர் முடியரசன் - அறிஞர் அவ்வை நடராசன் - கவிக்கோ அப்துல் ரகுமான் போன்ற இந்த நூற்றாண்டின் மணிமுடியில் பதிக்கப்பெற்ற மாணிக்கங்களெல்லாம் கவிபாடியிருக்கின்றன கலைஞரை.

இதில் மிகப்பெரிய வியப்பும் சிறப்பும் என்னவெனில் மூன்று தமிழ் கண்ட கலைஞர், மூன்று தலைமுறைகளால் பாடப் பட்டிருக்கிறார். 1924இல் பிறந்த கலைஞரை அவருக்கு முன் பிறந்தவர்களும், சமகாலத்தில் பிறந்தவர்களும், அப்படிப் பிறந்தவர்களுக்குப் பிறந்த பிள்ளைகளும் கவிதை பாடியிருக் கிறார்கள் என்பதே என்னை உணர்ச்சி வசப்படுத்தியதற்குக் காரணம்.

இத்துணை தலைமுறைகளின் கவனத்தை ஒரு தலைவன் அல்லது படைப்பாளன் ஈர்த்திருக்கும் இலக்கிய விந்தை வேறெந்த மாநிலத்துக்கும் இல்லாத தமிழ்நாட்டுக்கு மட்டுமே உரிய தனிப்பெருமை என்பது கலைஞரால் தமிழுக்குக் கிடைத்த ஒரு கர்வ காரணமாகும்.

அரசர்களைப் புலவர்கள் பாடுவது சங்க காலத்து நெடுமரபு. புலவர்களால் பாடப்படுவது அரச மாண்பு. வஞ்சினம் ஏற்கிற நெடுஞ்செழியப் பாண்டியன் ‘புலவர் பாடாதொழிக என் நிலவரை’ என்பதை உச்சமாக வைக்கிறான். புலவர்களால் பாடப் பட்டவர்கள் மட்டும்தான் இலக்கிய வரலாற்றில் எச்சமாய் நிற்கிறார்கள். அப்படிப் பாடப்பட்ட அரசர்களில் ஒன்றுக்கு மேற் பட்டவர்களால் பாடப்பட்டவர்கள் சிலரே. நூற்றுக்கு மேற் பட்டவர்களால் பாடப்பட்ட பெருங்கீர்த்தி பெற்றவர்கள் என் சிற்றறிவின் எல்லைக்குச் சிக்கவில்லை.

அதியமான் நெடுமாண்அஞ்சியும் அவன் மகன் பொகுட்டெழினியும் அவ்வையாராகிய ஒரே புலவரால் பாடப் பட்டதுண்டு. ஒரே அரசன் பெரும்பான்மையான புலவர்களால் பாடப்பட்ட ஆதாரங்கள் இல்லை. அந்த வகையிலும் கலைஞர் பெரும்பேறு பெற்றவராகவே அறியப்படுகிறார்.

இந்தத் தொகுப்பின் 100 கவிதைகளையும் பயின்றுமுடிக்கும் ஆய்வாளர்கள் பல்வேறு பொருண்மைகளை உற்று நோக்கக் கூடும். மாறிக்கொண்டே வரும் மொழி, மறைந்துகொண்டே வரும் இலக்கிய வடிவங்கள், சமூகப் போக்குகள், வரலாற்றின் மடை மாற்றங்கள், முன்னோர் கவிதைகளுக்கும் பின்னோர் கவிதை களுக்குமான மாறுபட்ட உத்திகள் இவற்றை ஆய்வுசெய்து உணர்வதற்கும் உணர்த்துவதற்கும் இந்தத் தொகுப்பின் பருப் பொருள்கள் பயன்படும்.

இத்துணை கவிஞர்களால் பாடப்பட வேண்டுமெனில் ஒரு தலைவன் அவர்களுக்குப் பாடுபொருள் தந்திருக்க வேண்டும். கலைஞர் குறித்த பாடுபொருளைக் காலமே தந்தது.

ஆதிக்க சாதிகளுக்கும் அடிமைப்பட்ட சாதிகளுக்குமான போராட்டக் காலத்தில் -

இந்திய தேசியத்திற்கும் தமிழ் தேசியத்திற்கு மான போர்க் காலகட்டத்தில் -

வைதீகத்துக்கும் பகுத்தறிவுக்குமான தத்துவ யுத்த காலத்தில் -

சினிமா என்ற தொழில்நுட்பம் கலாசார மாற்றத்துக்குக் கைக்கருவியான காலத்தில் -

தமிழ் சமஸ்கிருதம் என்ற மொழிப்போர் மும்முரப்பட்ட காலத்தில் -

தன் அரசியலை நிகழ்த்திக் கொள்ளுமாறு காலம் கலைஞரைப் பணித்தது. இந்தக் களங்களுக்கான ஊடுபொருள் என்னவோ அதுதான் கலைஞர் கவிஞர்களுக்குத் தந்த பாடுபொருள்.

பெரியாரின் சுடுமொழியால் சற்றே அந்நியப்பட்டு நின்ற ஒரு தலைமுறையும்கூட, கலைஞரின் கனிமொழியால் கலைமொழியால் அவர் நிழல்தொடும் தூரத்தில் நெருங்கி வந்தது.

பெரியாரை எடுத்து அண்ணாவைக் குழைத்துத் தன் நறுமணத்தை அவர் தடவிக்கொடுத்த தமிழ், எல்லாத் தலை முறைகளுக்கும் ஏற்புடையதாயிற்று. அதனால்தான் பாரதிதாசன் - சுத்தானந்த பாரதியார் - நாமக்கல் கவிஞர் உள்ளிட்ட கவிஞர் உலகமும், சுரதா - கண்ணதாசன் - முடியரசன் உள்ளிட்ட காரிகை கற்ற கவிஞர்களும், டாக்டர் மு.வ - சி.இலக்குவனார் - குலோத்துங்கன் உள்ளிட்ட கல்வியாளர் உலகமும், அப்துல் ரகுமான் -

ஈரோடு தமிழன்பன் - வைரமுத்து உள்ளிட்ட மரபில் ஊறி மரபை மீறிய புதுக்கவிஞர்களும், சௌந்தரா கைலாசம் - கனிமொழி - தமிழச்சி தங்கப்பாண்டியன் உள்ளிட்ட பெண்பாற் கவிஞர்களும், யாப்பறியாத நவீனக் கவிஞர்களும் மற்றும் அமெரிக்கா - ஐரோப்பா - அமீரகம் - மலேசியா - சிங்கப்பூர் - இலங்கை உள்ளிட்ட பன்னாட்டுக் கவிஞர்களும் இத்தொகுப்பில் கலைஞரைப் போற்றிப் பாடியிருக்கிறார்கள். அத்துணை கவிஞர்களுக்கும் கலைஞரின் உயிரோட்டமான வாழ்க்கை உள்ளடக்கம் தந்திருக்கிறது.

மொழிப்போரென்ன! சமூக நீதியென்ன! ஆதிக்க ஒழிப்பென்ன! வைதீகத் தகர்ப்பென்ன! பகுத்தறிவுப் பார்வையென்ன! இனமொழி மீட்பென்ன! திருக்குறள் காப்பென்ன! கலாசாரப் புரட்சியோடு களங்கண்டு மீண்ட காயங்களென்ன!

இலவசக் கல்வியென்றும், பெண்களுக்குச் சொத்துரிமை என்றும், பிச்சைக்காரர் ஒழிப்பு என்றும், குடிசை மாற்று வாரியம் என்றும், வேளாண்குடி மீட்சி என்றும், தமிழுக்கு முன்னுரிமை என்றும், தலைசிறந்த படைப்பாளி என்றும் தமிழைச் செம்மொழி செய்த சிறப்பென்றும் தமிழ்நாட்டின் நவீனக் கட்டமைப்பு என்றும், தொழில்நுட்பப் புரட்சி என்றும், மாநில உரிமைக் குரல் என்றும் தமிழ்நாட்டுக்குச் சிறப்பும் வனப்பும் வழங்கிய செயல்திட்டங்களெல்லாம் அவர் பாவலர்களுக்குத் தந்த பாடுபொருள்களாயின. அதுதான் இந்தத் தொகுப்பின் பெருமைக்கொரு பெருங்காரணம்.

அவர்தம் தொண்ணூறாம் பிறந்தநாளில் தொண்ணூறு கவிஞர்களைத் திரட்டி நல்விருந்து தந்து கலைஞர் பெரு மகனைக் கொண்டாடி இன்புற்றேன்.

இத்தொகுப்பின் வாயிலாய் ஒரு பெருங்கடமை செய்த நிறைவில் நான் நிம்மதியுறுகிறேன்.

கலைஞர் நூற்றாண்டில் கவிஞர் நூற்றுவர் தீட்டிய கவிதைகளைத் தொகுத்து அவர் நினைவின் நீட்சிக்குப் படைக்கிறேன். தமிழ் ஆசான் என்று என்னால் என்றென்றும் அழைக்கப்பட்ட ஒரு தலைமகனுக்கு என் ஆற்றலுக்கு உட்பட்ட அன்புக் காணிக்கை இது.

இத்தொகுப்பை என் நெஞ்சோடு அணைத்துக்கொள்ள அவ்வளவு சுகமாக இருக்கிறது. நன்றியைக் கட்டிப்பிடித்துக் கண்மூடுவதுபோல் இருக்கிறது.

கவிதை கொடுத்த கவிஞர்கள் அனைவரையும் நன்றியோடு நினைத்துப் பார்க்கிறேன்.

வெவ்வேறு வடிவங்கள்; வெளிப்பாடுகள். எந்தக் கவிதையும் சோடையில்லை. ஒவ்வொரு கவிதையிலும் மேற்கோள் காட்டுவதற்கு நல்ல வரிகள் நான்குண்டு.

கலைஞருக்கும் எனக்கும் 29 ஆண்டுகள் கால வித்தியாசம்; தமிழ் எங்களை ஒருசாலை மாணாக்கர்களாகவே உரையாட வைத்தது. அவர் பிறந்த ஊருக்கும் நான் பிறந்த ஊருக்கும் 305 கிலோ மீட்டர் தூர வித்தியாசம்; ஆனால், ஒருவீதிக் காரர்களைப் போலவே தமிழ் எங்களை உறவாட வைத்தது.

என் 17 படைப்புகளை அவரே தலைமையேற்று வெளியிட்டார். அவரது சில நூல்களுக்கு என்னை முன்னுரை எழுதவைத்தார். சிறிய இடைவெளிகளைத் தவிர, சற்றொப்ப 35 ஆண்டுகள் அவரும் நானும் ஒவ்வொரு நாளும் தொலைபேசியில் உரையாடல் நிகழ்த்தி இருக்கிறோம். என் நன்மை தீமைகளில் அவர் உணர்ச்சியோடு பங்கேற்றிருக்கிறார். எங்களுக்குள்ளான மெல்லிய ஊடல்கள் மூங்கில் இலைகளின் பனித்துளிகளைப்போல உடைந்திருக் கின்றன. அவருடைய மரணத்திற்குத் தவிர யாருக்கும் நான் அப்படி உடைந்து அழுததில்லை. இட்டு நிரப்ப முடியாத இடைவெளி பௌதிக அளவில் இன்னும் என் வாழ்வில் இருக்கிறது. அவரைப்போல் இன்னொருவர் எனக்கு வாய்க்கவில்லை; வாய்ப்பதில்லை. நிசப்தத்தின் கடைசிச் சொட்டிலும் அவர் ஒட்டிக்கொண்டிருப்பார்.

அவருக்கு நான் படைத்த எத்துணையோ கவிதைகளைவிட இந்தக் கவிதைத் தொகுப்பு சிறந்தது. அவரது சமகால சமூகத்தை இதில் திரட்டியிருக்கிறேன். எதிர்காலத்தில் எந்த நூற்றாண்டிலும் திராவிடப் பேரியக்கத்தின் வரலாற்றையும், கலைஞர் என்ற ஆளுமையின் உள்ளடக்கத்தையும் அறியத்துடிக்கும் ஒரு கூட்டம் இந்த நூலைத் தலைமேல் வைத்துக் கூத்தாடும்.

ஒருமுறை ஒரு தொலைக்காட்சிப் பேட்டியில் எனக்குப் பிறகு என்னை யார் நினைத்திருக்கப் போகிறார்கள் என்று விரக்தியோடும் சலிப்போடும் ஒரு வினாத் தொடுத்திருந்தார் கலைஞர். மறுகணமே அவரைத் தொலைபேசியில் அழைத்து 'எங்களையெல்லாம் மறந்துவிட்டுப் பேசுகிறீர்களே' என்று உடைந்த குரலில் சொன்னேன். அன்று நான் சொன்னது பொய்யிலை என்பதற்கு மெய்ச் சாட்சி 'கலைஞர் 100 கவிஞர்கள் 100' என்ற இந்த அருந்தொகுப்பு. நெஞ்சு நிறைந்திருக்கிறது.

கலைஞர் இந்த மண்ணுக்கு எழுதி வைத்த உயிர் உயில் முதலமைச்சர் முத்துவேல் கருணாநிதி ஸ்டாலின் அவர்கள் ஆவார்கள். அவரோடு நான் கொண்ட உறவைப் பாதுகாப்பாகவும், பந்தமாகவும் பக்கபலமாகவும் உணர்கிறேன்.

இந்த நூலுக்கு அவர் அளித்திருக்கும் வாழ்த்துரை கலைஞர் மகுடத்தில் முத்துவேல் பேரன் பதித்த முத்தாகும். அவருக்கு நன்றி. அவர் நீடு வாழ்ந்து பீடு நடைபோட வாழ்த்துகிறோம்.

தொகுப்புக்குத் தொண்டு செய்த தம்பி ப.பாஸ்கரன், தம்பி வெ.கேசவன் இருவரும், அழகாக வெளியிட்ட டிஸ்கவரி வேடியப்பனும் என் பாராட்டுக்குரியவர்கள்.

வாழ்க்கை என்பது வேறொன்றுமில்லை, மரணத்துக்குப் பின்னும் மனிதன் வாழ்வதற்கான முயற்சியும் பயிற்சியும்தான்.

கலைஞர் வென்றுவிட்டார். உடல் என்ற தற்காலிக வாகனத்திலிருந்து தமிழ் என்ற நிரந்த வாகனத்தில் ஏறிக்கொண்டார்.

கலைஞர் வாழ்கிறார்; வாழ்வார்.

சென்னை
07.07.2024

அன்புள்ள

பொருளடக்கம்

1. கிளம்பிற்று காண்தமிழச் சிங்கக் கூட்டம் — 25
   - பாரதிதாசன்
2. அண்ணா மனமுவந்த அருமைத் தம்பி — 27
   - நாமக்கல் கவிஞர் வெ.இராமலிங்கம்
3. அன்புக் கலைமாமணி — 28
   - கவியோகி சுத்தானந்த பாரதியார்
4. தொண்டரின் தோழர் — 30
   - மு.வரதராசன்
5. நடமாடும் பல்கலை — 31
   - சி.இலக்குவனார்
6. உன் புகழ் விண்ணைத் தாண்டும் — 33
   - சௌந்தரா கைலாசம்
7. முதல்வருள் முதல்வர் — 34
   - குலோத்துங்கன்
8. செயல் செம்மல் — 36
   - நீதியரசர் ச.மோகன்
9. வெல்லும் வேழம் — 39
   - அவ்வை நடராசன்
10. வரலாற்றின் வரலாறு — 40
    - சுரதா
11. செயலாற்ற வந்த செம்மல் — 42
    - அ.மருதகாசி
12. கலைஞர் என் காதலி — 44
    - கண்ணதாசன்
13. தனித் தலைவன் — 48
    - முடியரசன்
14. தலைவர்களில் தலைவன் — 50
    - பொன்னிவளவன்

15. செந்தேன் நனைக்கட்டும் – குடியரசு	53
16. நெருப்பின் கையெழுத்து – அப்துல் ரகுமான்	55
17. சட்டை வேட்டி அணிந்த சங்கத்தமிழ் – வாலி	57
18. புறநானூற்றிலும்போற்றப்பட்டுள்ளது – ஈரோடு தமிழன்பன்	61
19. அண்ணாவின் தனி நிழல் – கா.வேழவேந்தன்	63
20. ஆகாய நீலம் அழியாது கலைஞரின் புகழும் மறையாது – முத்துலிங்கம்	65
21. சோழன் பாண்டியனுக்குக் கொடுத்தது – வைரமுத்து	67
22. தமிழனின் கையெழுத்து – மு.மேத்தா	70
23. உனக்கு அஸ்தமனம் வந்தால் அதுவே ஒரு பௌர்ணமியாகும் – நா.காமராசன்	72
24. திராவிடம் கலைஞரின் உயிர் மூச்சு! – கலி.பூங்குன்றன்.	74
25. இன்னும் ஒரு நூற்றாண்டு இரும் – எஸ்.ஜெகத் ரட்சகன்	77
26. மௌனம் – கனிமொழி கருணாநிதி	82
27. இவர்தாம் தமிழின் இருப்பு – வா.மு.சேதுராமன்	85

28. கடல் அலை நடுவே கலைஞர் சிலை – பேரா.அப்துல் காதர்	86
29. தோள்மேல் ஆணை – காசி ஆனந்தன்	90
30. "தமிழ் நிலத்தின் முன்னத்தி ஏர் – தமிழச்சி தங்கபாண்டியன்	92
31. காலடிபட்ட மண்ணும் கவிபடிக்கும் – பிறைசூடன்	96
32. நூற்றாண்டுகளை இணைத்த வரலாற்றுப் பாலம் – பழனி பாரதி	98
33. சூரியனைச் சாப்பிட்ட குழந்தை – நா.முத்துக்குமார்	100
34. பூமியைப் புதைத்து விட்டோம் ! – கபிலன்	102
35. திராவிட ரசவாதம் – பா.விஜய்	107
36. வலிநீக்கும் நிவாரணம் நீ – சொற்கோ கருணாநிதி	109
37. வானமான ஞானத் தகப்பன் – விவேகா	111
38. மனிதர் என்பவர் கலைஞர் ஆகலாம் – கபிலன் வைரமுத்து	114
39. "கோழி எழக் கூவினாய்" – ஏகாதசி	115
40. சூரிய சக்தி – நெல்லை ஜெயந்தா	116
41. உயிர்த்தெழுந்தவன் நீ -அருண்பாரதி	118
42. விரும்பிப் படிக்கும் பெயர் – தமிழ் அமுதன்	120

43. திராவிடக் கொடிமரம்	123
– இளையகம்பன்	
44. செயல் மகரந்தம்	125
– கலாப்ரியா	
45. அழிவற்ற சொல்	127
– மனுஷ்ய புத்திரன்	
46. நேசத்தின் நறுமணம்	129
– சல்மா	
47. தானாகி நின்ற தமிழன்	131
– பா. தேவேந்திரபூபதி	
48. சித்திரத்தின் கண்கள்	133
– அ.வெண்ணிலா	
49. கவிஞர்களின் வேடந்தாங்கல்	137
– அருள் வீரப்பன் (அமெரிக்கா)	
50. சூரியனை எழுப்பிவிட்ட சூரியன்	140
– ஆண்டாள் பிரியதர்சினி	
51. திருக்குவளை ஈன்ற திருக்குறள்	142
– தஞ்சை இனியன்	
52. ஒரு போராளியின் சுவடுகள்	143
– இளையபாரதி	
53. நூற்றாண்டு நூலகம்	145
- காசிமுத்து மாணிக்கம்	
54. எனது திசைகாட்டி	149
– பழ.புகழேந்தி	
55. கரையோரம் பாடும் கடல்	151
-ஆரூர் தமிழ்நாடன்	
56. விடியலின் கிழக்கு	153
– இலக்கியா நடராஜன்	
57. தமிழே விரும்பிய தலைவன்	155
– பிச்சினிக்காடு இளங்கோ (சிங்கப்பூர்)	

58. நிரந்தரச் செங்கோல் — 157
   – தணிகைச் செல்வன்

59. சிந்தனையும் செயலும் ஒன்று — 160
   – தமிழ்ப்பித்தன்

60. இந்தியத் தலைவர் — 162
   – பொன்னடியார்

61. உன்கரம் செங்கோலாகும் — 164
   – தங்கவயல் லோகிதாசன்

62. கொள்கை வெல்லச் சூளுரைப்போம்! — 165
   – கவிதைப்பித்தன்

63. கலைஞரின் எழுதுகோல் — 166
   – காவ்யா சுந்தரபாண்டியர்

64. தலைவா நீ தருவாய் தரிசனம் — 168
   – மா.அன்பழகன் (சிங்கப்பூர்)

65. நூறு யுகங்கள் வேண்டும் — 170
   – பா. இரவிக்குமார்

66. நீதி காத்திட்ட அறத்தின் பாலே! — 172
   – ஆதிரா முல்லை

67. கலையின் முழக்கம் கலங்கரை விளக்கம் — 174
   – ஆரூர் புதியவன்

68. தலைமுறைகளின் தலைவன் — 177
   – புதுகை வெற்றிவேலன்

69. எப்போதும் நீ... — 180
   – ஏர்வாடி எஸ்.இராதாகிருஷ்ணன்

70. கலைஞரின் எழுதுகோலே காலச் சிற்பம் — 183
   – தமிழ்மணவாளன்

71. ஒரு கனவின் ஆட்சி — 184
   – பஜிலா ஆசாத் (துபாய்)

72. தலைவாசல்	186
– ராசி அழகப்பன்	
73. துருவ ஈர்ப்பு	187
– சீனுராமசாமி	
74. தமிழ்பேசும் சூரியன்	189
– என்.லிங்குசாமி	
75. தமிழின் கிழக்கு!	191
– ஜோ மல்லூரி	
76. அறிவாலயமும் நீ தலைமைச் செயலகமும் நீ	194
– பிருந்தா சாரதி	
77. திருக்குவளைச் சூரியன்	198
– பொத்துவில் அஸ்மின் (இலங்கை)	
78. தமிழர்களின் விதை நெல்	200
– கவிதா ஜவகர்	
79. அருள்செல்வத்தின் ஆயுதங்கள் ஆறு	203
– அமிர்தம் சூர்யா	
80. சரித்திரத்தின் அதிசயம் நீ	205
– செந்நிமலை தண்டபாணி	
81. சூரியனும் நீயே குளிர் நிலவும் நீயே	206
– சக்தி ஜோதி	
82. இன்னொரு சூரியன்	207
– நா.வே.அருள்	
83. திகைத்தது அறிவியல்	210
– வல்லம் தாஜுபால்	
84. கலைஞர்	212
– இளம்பிறை	
85. பாட்டுக்குப் பெருந்தலைவன்	213
– மௌனன் யாத்ரிகா	

86. சந்திப்பின் சரித்திரம் – புதியமாதவி (மும்பை)	215
87. கலைஞர் நூற்றாண்டு கவிதைப் பூச்செண்டு – குகை மா புகழேந்தி	217
88. காலத்தின் கொடை – ராஜகம்பீரன் (அமீர் அப்பாஸ்)	219
89. உடன்பிறப்புகளின் உயிரெழுத்து – கலைமதி ஆனந்த்	221
90. எங்கள் தலைவர் – அழகிய பெரியவன்	224
91. சூரியப் பூ – துரைவசந்தராசன்	226
92. தமிழ்நாட்டின் கல்விப் பிதா – கல்லாறு சதீஷ் (சுவிட்சர்லாந்து)	227
93. உதயசூரியன் – கோவிந்தராசு (புதுச்சேரி)	229
94. யுகத் தலைவன் – சௌவி	231
95. உன் தமிழ்தானே எங்களுக்குத் தாய்ப்பால் – க.இரத்தினகிரி	234
96. என்றுமுள தென்தமிழே! – ந.பச்சைபாலன் (மலேசியா)	236
97. திருக்குவளை இறைவனும் நீ! – வெற்றிப்பேரொளி	239
98. தென்னாட்டுப் பகலவன் திருப்புகழ்! – தியாரு	240
99. ஆறாம் விரல் – சிவராஜ்	242
100. அப்பாவின் காதலன் – அம்பிகா குமரன்	244

இயக்கமாய்ச் செயல்பட வேண்டும் என்ற கருத்தியல் முளைத்தபோது கலைஞருக்கு வயது 17. 'தமிழ்நாடு தமிழ் மாணவர் மன்றம்' என்ற அமைப்பினை 1941இல் திருவாரூரில் தோற்றுவித்தார். அந்த அமைப்பின் முதலாம் ஆண்டு விழாவை வாழ்த்தி ஓர் எண்சீர் விருத்தம் எழுதி அனுப்பிவைத்தார் புரட்சிக் கவிஞர் பாரதிதாசன். 18வயதில் ஒரு பெருங்கவியால் வாழ்த்தப்பெற்ற பெரும் பேறு பெற்றவர் கலைஞர். கவிதையில் குறிக்கப் பட்டிருக்கும் தேதி 21.11.1942. நூறு கவிஞர்களின் பெருந் தொகுப்பைப் புரட்சிக்கவிஞரிடமிருந்தே தொடங்கு கிறோம்

– வைரமுத்து

01

கிளம்பிற்று காண்தமிழச் சிங்கக் கூட்டம்
- பாரதிதாசன்

தண்பொழிலில் குயில்பாடும் திருவாரூரில்
    தமிழ்நாடு தமிழ்மாண வர்மன் றங்காண்!
வன்மையொடும் உண்மையொடும் வாழ்த்தி டுங்காண்!
    மக்களிடை எழுச்சிக்கு மருந்தா குங்காண்
கண்மூடிக் குறிமறந்து தமிழர் தங்கள்
    கலைமறந்த நெஞ்சத்தில் ஒளியெய் துங்காண்
புண்வாய்ந்தோர் அல்லர்காண்! திருவாரூரின்
    புலிஇளைஞர் காண்! தோள்கள் பூரித் தார்காண்!

எழில்மன்றச் சட்டத்தை உயிரைப் போலே
எண்ணிஅந்த வண்ணமே நடப்பார் கள்காண்!
ஒழித்தார்காண் அயர்வுதனை! அவர்கள் நாளும்
உயர்கவிதைச் சுவைதன்னில் தோய்ந்திட் டார்காண்
மொழியினிலே தமிழ்மொழியே உயர்ந்த தென்றும்
மூச்செல்லாம் தமிழுக்கே என்றும், நல்ல
வழியறிந்து விட்டார்காண்! மூத்த தமிழ்க்கு
மடைகோலி விட்டார்காண் உலகில் பாய்ச்ச

கிளம்பிற்று காண்தமிழச் சிங்கக் கூட்டம்
கிழித்தெறியத் தேடுதுகாண் பகைக்கூட்டத்தை
வளம்பெரிய தமிழ்நாட்டில் தமிழ ரல்லார்
வால்நீட்டி னால்உதைதான் கிடைத்தி டுங்காண்!
தளும்புதுபார் பக்தியென்றும் யோக மென்றும்
சாமிஎன்றும் பூதம்என்றும் எழுதிப் பேசிப்
புளுகுதல்" இனிப்பலிக்க வழியில்லை காண்!
புதுவாழ்வு மலர்ந்ததுகாண் தமிழ்நாட் டின்கண்!

❖

02

அண்ணா மனமுவந்த அருமைத் தம்பி
- நாமக்கல் கவிஞர் வெ.இராமலிங்கம்

அன்புடையான் பண்புடையான் அகந்தையில்லான்
    அறிஞர் அண்ணா மனமுவந்த அருமைத்தம்பி
துன்புடையார் யாரெனினும் துயரம் நீக்கித்
    துணைபுரிய எந்நாளும் துடிக்கும் தொண்டன்
மன்பதையின் நல்வாழ்வே மனதிற்கொண்டு
    மாநிலத்தை நன்காளும் மாண்பு மிக்கோன்
இன்பளிக்கும் கலைஞனும்நற் கவியுமான
    எம்கருணா நிதிமுதல்வர் இனிதே வாழ்க

❖

03

அன்புக் கலைமாமணி
– சுத்தானந்த பாரதியார்

அலைமோதும் அரசியலில்
    அஞ்சாத நெஞ்சமுடன்
மலைபோல நின்று வெல்லும்
    மங்காத தங்கமவன்
கலைடாக்டர் என்னன்புக் கண்மணியாம்
    கருணாநிதி தமிழர் பன்மணியாம்

தன்னிகரற்ற வீரத்
    தன்மானச் சிங்கமடா
முன்னேற்றக் கழகத்தை
    முன்னேற்றும் தங்கமடா
புன்னகைச் சொக்குடைய அழகனடா
    பூவுடன் மணமுமெனப் பழகிடுவான்

ஏழைபங் காளனடா
    இரக்கமுள்ள தோழனடா
வாழையடி வாழையாய்
    வாழ்ந்திடும் வள்ளலடா
ஆழிக் கருணையுள்ள தலைவனடா
    அள்ளக் குறையா நிதிக் கிழவனடா

அண்ணாவின் கண்ணானான்
	அமைச் சென்னில் இவனானான்
எண்ணில் அடங்காத பல
	புண்ணியங்கள் இயற்றிடுவான்
பண்ணாரப் பாடிடுவோம் ஆடிடுவோம் அவன்
	பைந்தமிழைப் பருகக் கூடிடுவோம்

எத்தனை பொது நலங்கள்
	எத்தனை புது நலங்கள்
எத்தனை முது நலங்கள்
	இவனாலே இலகக் கண்டோம்
முத்தமிழ்க் கடல்கடைந்த முத்தமடா!
மு. கருணாநிதியின் சித்தமடா!

04

தமிழ் போல வாழ்க

– மு.வரதராசனார்

தமிழ்ச்சமு தாயத்தின் தனிநிதி அனையவன்
தமிழார் வத்தில் தன்னிகர் இல்லோன்

தமிழ்த்தொண் டாற்றலில் தலைமைச் சான்றோன்
தமிழ்க்கவி படைத்திடும் புலமை நலத்தோன்

தமிழ்நா டகம்பல நலமுறத் தருவோன்
தமிழ்க்கதை புனையும் கற்பனைத் திருவினன்

தமிழ்க்கலை பலவும் தழைத்திடும் உளத்தோன்
தமிழ்த்திரைப் படங்களில் புரட்சியைச் செய்தோன்

தமிழ்மே டைகளில் தலைமை ஏற்போன்
தமிழ்ப்பெயர் களுக்கும் புதுவாழ் வளிப்போன்

தமிழ்வர லாற்றில் தனிமகிழ் கொள்வோன்
தமிழ்க்குறள் சிலம்பை உயிரெனத் தாங்குவோன்

தமிழகப் பெருமைதன் மூச்செனத் தழைப்போன்
தமிழர்தம் நலமே அமிழ்தெனப் போற்றுவோன்

தமிழர் வீரமும் தனித்திறன் உயர்வும்
தன்பால் விளங்கக் காட்டும் தகவோன்

கருணா நிதியெனப் பெயர்திகழ் கலைஞன்
தமிழர் உளமெலாம் தழைக்கத்
தமிழ்போல் வாழி வாழிபல் லாண்டே!

❖

05

நடமாடும் பல்கலை

– சி.இலக்குவனார்

கடல்சூழும் ஞாலத்தில் காணுகின்ற மொழிகள்தமை
அடலின்றிப் பெற்றெடுத்த அன்னைமொழி சீர்பெறவே
உடலோடு உயிருடைமை அனைத்தினையும் உரித்தாக்கிக்
கெடலின்றி உழைத்துவரும் கெழுதகைமை பூண்டுள்ள
நடமாடும் பல்கலையாய் நற்றிறனாய் நானிலத்தில்
படல் ஒல்லாப் புகழ்பரப்பும் பாவலராம் காவலரே!

இளமை முதல் தமிழ்த்தொண்டில் ஈடுபட்ட ஏந்தலாய்
வளமைமிகு கலைகளையே வாய்த்திடுநல் கருவிகளாய்
உளமதனில் அயர்வின்றி உறுத்துவரும் தமிழ்ப்பகையைக்
களமதனில் வென்றுவரும் கலைஞர் எனும் பெரியீரே!

பெரியாரின் வழிச்சென்று பேரறிஞர் அண்ணாவின்
உரிமைமிகு தம்பியராய் உயர்திறல்கள் பலபெற்றே
விரியுலகம் உமைநோக்க வீற்றிருக்கும் முதலமைச்சாய்
பரிவுடனே நாடாளும் பண்புமிகு அருட்செல்வ!

நாற்பதின்மேல் எட்டாண்டை நண்ணுகின்ற நன்னாளில்
ஏற்பதுபல் புகழார்ந்த ஏற்றமிகு நல்வாழ்த்தே
நோற்பதுபோல் கடனாற்றும் நும்பெருமை சொலப்புகுந்தால்
தோற்பதுயாம்; சொலற்கரிய பல்புகழ! சொலல்வல்ல!

முன்னேற்றக் கழகத்தின் முடிசூடா மன்னன் நீ
இன்னினிய பலநூல்கள் எழுதுகின்ற அறிஞன் நீ
பன்னரிய நாடகங்கள் பரவுகின்ற நடிகன் நீ
கன்னல் எனும் நற்பாக்கள் கட்டுரைக்கும் புலவன் நீ

கல்லக்குடி கொண்டோய் நீ; தேர்தலில்
வெல்லப்புகழ் கொண்டோய் நீ - இந்திப் பேயை
கொல்லச்சூள் கொண்டோய் நீ - வறுமைப்பிணி
செல்லப்பணி பூண்டோய் நீ - பிச்சைக்காரர்
மறுவாழ்வு காண்பாய் நீ - எனவே
அன்பு நீ; - உழைப்பு நீ,
அருள் நீ; - ஊக்கம் நீ;
இன்பம் நீ; - தொண்டு நீ,
எழில் நீ; தூய்மை நீ,
புதுமை நீ; - தமிழ் நீ;
பழைமை நீ; - தாய் நீ;
புரட்சி நீ, வாய்மை நீ,
பொறுமை நீ, - வண்மை நீ;
எனவாங்கு
செந்தமிழ் நாடு செய்தவப் பயனாய்
முத்தமிழ் போற்ற முத்து வேலரும்
அஞ்சுகம் அம்மையும் அன்பின் ஈன்ற
நற்றமிழ்ச் செல்வ! நாடாள் பாவல!
உலகம் போற்றும் உயரிய புலவ!
குறள்நெறி போற்றிக் குடியர சாள்வோய்!
தமிழ் அன்னையின் தலைமைத் தொண்ட
தமிழக மக்களின் தனிப் பெருந்தலைவ!
பிற்பட்டோரின் பெறலரும் புரவல!
முற்பட்டோரின் முதன்மைக் காவல!
உரிமைத் தமிழகம் உயர்ந்து விளங்கி
எல்லா நாடும் இனிதே போற்றிட
பசியும் பகையும் பாரில் நீங்கிட
வசியும் வளனும் வந்து பொருந்திட
இன்பத் தமிழ்மொழி இனிதே ஆண்டிட
இல்லத் தரசி இனிய நற்றுணை
தயாளு அம்மையின் தண்ணகை ஒளியுடன்
வாழ்க பல்லாண்டு வாழ்க
சூழ்கடல் உலகில் தொல்தமிழ் போன்றே!

06

உன் புகழ் விண்ணைத் தாண்டும்

– சௌந்தரா கைலாசம்

அருமைமிகு கட்டுரைகள், கதைகள், நெஞ்சை
அள்ளுமுயர் கவிதையொடு நாட கங்கள்
கருத்துடைய திரைப்படங்கள் என்று நித்தம்
கவினுடைய அணிகலன்கள் தமிழன் னைக்குப்
பெருமையுடன் சூட்டிமகிழ் கின்ற உன்னைப்
பேரிமயப் புகழ்வந்து சூழ்ந்த தென்றால்
ஒரு சிறிதும் வியப்பில்லை உண்மை சொன்னால்
உனக்குரிய புகழ் அந்த விண்ணைத் தாண்டும்!

நேர்மையெனும் கொள்கையினை வாழ்வில் ஏந்தி,
நிலை பிறழா உறுதியினை நெஞ்சில் ஏந்தி,
கூர்மையெனும் நல்லறிவைச் செயலில் ஏந்தி,
குறையாத இனிமையினைச் சொல்லில் ஏந்தி,
சீர்மையுடன் அரசியலில் நீதி கழ்ந்து
செந்தமிழர் திருநாட்டு முதல மைச்சாய்ப்
பேருலகம் போற்றுகிற வண்ணம் உள்ளாய்!
பெரும்பயனை மக்களுக்கு வழங்கு கின்றாய்!

எழுபதுடன் ஆறாண்டை இன்று தாண்டி
ஏற்றமுறு பிறந்தநாள் காணு கின்றாய்!
அழகுடைய நின்வாழ்க்கை பிறருக் கென்றும்
ஆனவழி யதைக்காட்டி அழைத்துச் செல்லும்!
முழுமனதும் அன்பாலே நிரப்பிக் கொண்டு,
முயன்றுமிக முயன்றுதமி ழகத்தைக் காக்கும்
விழைவுடைய கலைஞர்நீர் இனும்பல் லாண்டு
வேலவனின் திருவருளால் வாழி வாழி!

❖

07
முதல்வருள் முதல்வர்
– குலோத்துங்கன்

கருணையே நிதியாக் கொண்ட
காவல! தமிழி னத்தின்
பெருமையே குறியாய், நின்னைப்
பெற்ற "தென் மொழி" வளர்க்கும்
கருமமே வழியாய், வாழ்வில்
கடைநிலைப் பட்டோர் தொண்டே
தருமமாய் நின்றாய் ஐய!
தமிழினத் தலைவ, வாழி!

ஆற்றலென் றுலகு கண்ட
அனைத்தையும் ஒருங்கு சேர்த்துப்
போற்றரும் தலைவ, நின்னைப்
புனைந்தனள் இயற்கை! வாழ்வில்
தோற்றதும், தடைகள் கண்டு
சோர்ந்ததும், சிறியர் கொள்கை
ஏற்றதும், அறியாய் ஐய!
இன்றுபோல் என்றும் வாழி!

சொல்லிலோ, பேச்ச மைந்த
தொனியிலோ, தொனிக டந்த
மெல்லிய தமிழி லோ, சொல்
விரைவிலோ, நடையி லோ, பின்
தெள்ளிய பொருளி லோ, அத்
தெளிவிலோ, கலைஞ! - நின் சொல்
வல்லமை அமைந்த மாயம்
வழி, வகை, அறியோம் ஐய!

ஆட்சியின்	திறனோ, நாளை
	அடைந்திடும் குறிக்கோள் காணும்
காட்சியின்	தெளிவோ, கொள்கைக்
	கலக்கங்கள் வரினும் தேறும்
மீட்சியின்	விரைவோ - மின்னல்
	வேகத்தில் முடிவு காணும்
மாட்சிநன்	கமைந்த மாயம்
	வழி, வகை, அறியோம் ஐய!

பதவியால்	லுயர்ந்தாய் என்பர்:
	பற்றுடைத் தொண்டர் நண்பர்
உதவியால்	வளர்ந்தா யென்பர் ;
	உதயசூ ரியன், தி றந்த
கதவினால்	நடந்தா யென்பர் :
	கலைஞ நீ! தமிழ்மண் ணோடு,
இதயமும்	அறிவும் ஒன்ற
	இணைந்ததால் உயர்ந்தாய் ஐய!

துணிவினில்	முதல்வ! தொண்டர்
	சூழவே பிணிக்கும் நட்பின்
பணிவினில்	முதல்வ! நீண்ட
	பகைமையும் வெல்லும் சொல்லின்
கனிவினில்	முதல்வ! கண்முன்
	கயமைகண் டெழுந்து பொங்கும்
முனிவினும்	முதல்வ! மண்ணில்
	முதல்வருள் முதல்வ! வாழி!

08

செயல் செம்மல்
– நீதியரசர் ச.மோகன்

திருத்தமிழின் திருவேந்தே தென்றல் வீசும்
    தீந்தமிழின் நாயகனே, இந்த மண்ணில்
உருக்குலைந்து ஓடான மக்கள் வாழ்விற்
    குயிர்தந்த சூரியனே நீதான் செய்த
அரும்செயல்கள் ஒன்றல்ல. பட்டியல்தான்
    தடையின்றி நீண்டு நீண்டு நாளும் செல்லும்
கருக்கொண்ட நீர்மேகம் எங்கே என்றால்
    கலைஞரெனும் காவியத்தைக் கவிதை சொல்லும்

பெண்டிர்தாம் நலம் பெற்றால் பிணிகள் நீங்கும்
    பிழைநீங்கி பெருமைகள் தான் சேரும் என்ற
உண்மைதனை நீயுணர்ந்து கொண்டதாலே
    உணர்வுதரும் மகளிர்குழு அமைத்துக் காத்தாய்
தொன்மைமிகு தமிழகத்தில் புதுமை ஈது
    தொல்லுலகம் இதைக் கண்டு வியந்த துண்மை.
பெண்டிர்தாம் மனம் குளிர்ந்து போற்றுகின்ற
    பெருமையுடன் பூரித்து வாழ்கின்றார்கள்.

சாதியெனும் பெரும்பேய்தான் மக்கள் வாழ்வில்
    நஞ்சூட்டிச் சமுதாய அறிவை மாய்க்கும்
நீதியினை நீயறிந்து கொண்டதாலே
    நெறியான வழிகண்டு ஒன்றாய் வாழ
மேதினியில் சமத்துவத்தின் ஊர மைத்தாய்
    மேன்மையது மிளிர்ந்ததுபார் வையந்தன்னில்
மோதிவரும் பகையெல்லாம் முட்டித் தீர்த்த
    முழுத்தலைவன் முழுமுதல்வன் நீயே அன்றோ?

மக்கள்தம் நல்வாழ்வில் நாட்டம் கொண்டு
    மாநிலத்தில் காப்பீட்டுத் திட்டம் என்ற
திக்கெல்லாம் பரவுகின்ற நன்மை செய்தாய்
    நானிலமே புகழ்பாடிப் போற்றக் கண்டேன்
தக்கோர்கள் உனைவாழ்த்தி வணங்கி நின்றார்
    தாரணியில் ஏழையர் தாம் பயனே பெற்றார்
எக்காலும் வரலாறு மறக்கா தன்றோ?
    ஏற்றமிகு திட்டத்திற் கீடும் உண்டோ?

உலகத்தோர் உயிர்காத்து ஓம்புகின்ற
    உயிர்த்தொழிலாம் வேளாண்மை அதனைக் காத்து
நலமளிக்கும் நல்லெண்ணம் கொண்ட தாலே
    நட்டமிகு கடன்ரத்துச் செய்து நல்லோர்
குலம்காத்து வளம்சேர்த்த கோமான் நீயே
    குறள்போலே நீவாழ்வாய் குவல யத்தின்
நலம்காக்கும் மன்னவனே உனக்கு நாங்கள்
    சிலையெடுத்துப் போற்றிடினும் போதா தென்பேன்

மனிதர்தம் மானத்தைக் காப்பதற்கு
    மண்ணதிலே உடைவேண்டும் எனவே அந்தப்
புனிதமிகு நெசவாளர் தொழில் சிறக்கப்
    புதுவாழ்வு நீதந்து பெருமை செய்தாய்
இனிஉன்போல் குவலயத்தில் யாரே செய்வார்
    புத்துலகம் நீபடைத்தாய் புறநா னூற்றின்
அணியெல்லாம் நீதானே தலைவா உன்னை
    அறம் பொருள் இன்பமென்று போற்றுகின்றோம்

நிலவொளியும் கதிரொளியும் உள்ளே காய
    நீர்கொட்டும் பெருமழையும் சேர்ந்துக் கொட்ட
அலறுகின்ற குழந்தையுடன் அல்லல் பட்டோர்
    அவலமதை நீக்கிடவே குடிசை மாற்றி
நலமளித்துக் காத்திட்ட வள்ளல் நீயே
    நானிலத்தில் புதுமையெலாம் பலவாய்க் கண்டாய்
நிலவுலகம் வாழ்நாளும் நீயே வாழ்க
    நினைவெல்லாம் நிறைந்தோயே வாழ்க! வாழ்க!!

அருந்தமிழின் பெருவேந்தே! ஒளிர்வாய் என்றும்
    அமுதத்தின் தீஞ்சுவையே இனிப்பாய் என்றும்
மருக்கொழுந்தாய் நீ இருந்து மணப்பாய் என்றும்
    மண்ணெல்லாம் நீராகிச் சிறப்பாய் என்றும்
கருவெல்லாம் நீயாகிப் பிறப்பாய் என்றும்
    கழனியெல்லாம் கதிராகிச் சிறப்பாய் என்றும்
உருவெல்லாம் நீயாகி உலவி வாழ்ந்தே
    உலகுள்ள காலம்வரை ஆள்க என்றும்

❖

09

வெல்லும் வேழம்

– ஔவை நடராசன்

காலத்தால் குலையாத சூரியன் நீ
காற்றுக்குக் கலங்காத மாமலை நீ
பாலொத்த நட்புமனம் வெண்மையும் நீ
பனியொத்த மலர்ச்சிரிப்பு மென்மையும் நீ

ஞாலத்தில் தமிழருக்குத் தலைவனும் நீ
நனிசங்க நூல் தொகுப்பின் திரட்டே நீதான்
வேலொத்த கூரறிவின் கருவூலம் நீ
விசைகொண்ட சயங்கொண்டான் பரணியும் நீ

பொல்லாங்கைப் பொச்சரிப்பைப் புரட்டுதன்னைப்
பொசுக்கிவிட்டு மேல் எழும்பும் எரிமலை நீ
நில்லாத பூமியைப் போல் சுற்றிச் சுற்றி
நிமிர்ந்து வெல்லும் போர்க்களத்தின் வேழமும் நீ

சொல்லாலே பகைக்குலத்தைச் சாய்த்துத் தீய்த்துச்
சுடர் ஒளியைக் கொப்புளிக்கும் அறிவின் ஊற்றே
நல்லோர்கள் நெஞ்சத்தில் மருதம் போன்றே
நனிகுளிர்மைப் பசுமையிடும் நல்லோய் வாழ்க

நீதிநூல்தான் உன் பிடித்தம் மற்ற நூலால்
நிதம் நொந்த தமிழினத்தை நீதான் காத்தாய்
ஆதிமுதல் பகுத்தறிவு வெளிச்சம் நீதான்
அனல் பெரியார் அண்ணாவின் இருப்பும் நீதான்

சாதிகளைத் தூளாக்கி மாந்தர் எல்லாம்
சரிநிகராய் உலவவிட்டாய் தமிழர் நாட்டில்
வீதியெல்லாம் உன் தடந்தான் தமிழர் மீள
விதிசெய்வீர் கலைஞரே நீர் வாழ்க வாழ்க.

❖

10
வரலாற்றின் வரலாறு
– சுரதா

அஞ்சுகத்தின் திருமகனே! தமிழ்நாட்டிற்கே
    அருஞ்சுகங்கள் தந்தவனே, கலைக்கோமானே!
தஞ்சைக்கே தனிச்சிறப்பைச் சேர்த்தவன்நீ!
    தலைசிறந்த பொறுப்புகளைப் பார்த்தவன்நீ!
நெஞ்சையள்ளும் சிலம்புக்குப் பூம்புகாரில்
    நேர்த்திமிகு கலைக்கூடம் கண்டவன்நீ!
மிஞ்சுபுகழ் குறளுக்குக் கோட்டம் கண்டு
    மிகையழகு 'ஓவிய'மும் படைத்தவன்நீ!

குழைத்தாலே களிமண்ணும் பதுமையாகும்!
    குனிந்துநிமிர்ந் தெழுந்தாலுடல் வலிமையாகும்!
விழித்தாலே வினையெல்லாம் வெற்றியாகும்!
    வீரமுடன் விவேகந்தான் வரலாறாகும்!
இழைத்தாலே மணம்வீசும் சந்தனம்போல்
    இசைத்தாலே பண்ணெழுப்பும் வீணையைப்போல்
உழைத்துழைத்தே வளர்ச்சிநிலை பெற்றவன்நீ!
    உச்சிமலை போல்புகழைக் கொண்டவன்நீ!

மூச்சுக்கு மூச்சு செயல் செயலேயென்று
முன்னேற்றம் கண்டசெயல் புயலேநீதான்!
பேச்சுக்குப் பேச்சு தமிழ் தமிழே என்பாய்
பெரியாரின் அண்ணாவின் வழிநடந்தே
பேச்சாலும் எழுத்தாலும் செயல்களாலும்
பெருவெற்றி உன்னைப்போல் பெற்றாரில்லை!
வாய்ச்சாலம் போடாமல் திராவிடர்தம்
வரலாற்றில் வரலாறாய் வாழ்கின்றாய்நீ!

தன்னிழலைத் தானேற்கும் தஞ்சைக்கோயில்
தாரணிக்கோர் அதிசயமாம்; அதுபோலன்றோ
உன்னுழைப்பால் நீ உயர்ந்தாய்; உயர்ந்த பின்னும்
ஓயாமல் சூரியன்போல் உழைக்கின்றாயே
தன்முனைப்பால் தான்உலகம் உய்யக்கூடும்
தாரணியே உனைக்கண்டு உயரக்கூடும்!
என்முனைப்பால் நானுயர்ந்தேன்! என்னைப்போலே
எட்டாத கீர்த்திபெற்று வாழ்க வாழ்க!

❖

11
செயலாற்ற வந்த செம்மல்!

– அ.மருதகாசி

அயராத சேவையினால்
    அண்ணாவுக்குப் பின்னால்
அருமைத் தமிழகத்தின்
    ஆட்சிப் பொறுப்பேற்று
செயலாற்ற வந்தசெம்மல்!
    திறன் மிக்க ஓர் முதல்வர்!
செந்தமிழ்த் தாயீன்ற
    சிறந்த தவப்புதல்வர் !

கட்சிக்கும் நட்புக்கும்
    கடுகளவும் சம்பந்தம்
எப்பொழுதும் வைக்காது
    இனிமையுடன் பழகுபவர் !
உச்சியிலே யமர்ந்து
    உயர்பதவி வகிக்கையிலும்
பட்சமுடனே எனக்குப்
    பழைய அன்பைக்காட்டியவர்!

எழுத்தாலும் பேச்சாலும்
	எவரை அவர் தாக்கிடினும்
பழுத்த பலாச்சுளையின்
	சுவையதிலே நிறைந்திருக்கும்!
முழங்கி "முரசொலி"க்கும்
	முத்தமிழின் தனியோசை
வழங்கும் கலைஞருக்கு
	மணிவிழாப் புகழோசை!

இருக்கும் வரையிங்கு
	என் போன்றோர் உள்ளத்தால்
மறக்க முடியாத
	மாண்புகு மா மனிதர்!
இறைக்கச் சுரக்கின்ற
	மணற் கேணி ஊற்றுப்போல்
எல்லாப் பேறும் பெருகிப்
	பல்லாண்டு வாழியவே!

12

கலைஞர் என் காதலி

– கண்ணதாசன்

அன்றொரு காலம் - இந்த
அழகிய கொங்கு நாட்டில்
தென்றல் வந்து ஊஞ்சல் ஆடும்
சேலத்தில் நானிருந்தேன்
அன்றில் போல் இளைய மங்கை
அங்கெங்கோ தனித்திருந்தாள்
சென்றொரு தூது சொல்லிச்
சேர்த்தவர் சக்ரபாணி...!

கண்ணோடு கண்கள் பேசக்
கதையோடும் வசனம் பேசப்
பண்ணொடு இசையும் சேரப்
பரதமும் ஜதியும் போலப்
பெண்ணொடுங் கலந்தேன்; சற்றும்
பிரிவிலா திருந்தேன் - ஆங்கே
நன்னிய அன்பை மாய்க்க
ராசியால் சனி புகுந்தான்

கோவலன் பிரிந்தா னேனும்
கோதை கண்ணகியாள் கொண்ட
ஆவலை மனத்தே வைத்து
அந்தநாள் வாழ்ந்தாற் போலக்
காவியத் தலைவி தானும்
கவலையால் வாழ்ந்திருந்தாள்
பாவியோ அவளை விட்டுப்
பத்தாண்டு பிரிந்திருந்தேன்

நெஞ்சத்தில் இருந்த நாட்கள்
நித்தமும் கதைகள் பேசி
மஞ்சத்தில் கிடந்த நாட்கள்
மனம் விட்டுக் கலந்து பேசிக்
கொஞ்சித்தான் காதல் முற்றும்
குவித்திட்ட நாட்கள் எல்லாம்
பஞ்சத்தில் ஏழை பார்க்கும்
பழங்கணக் கானதின்று

மாதை நான் பிரிந்த பின்பு
மயக்கமே நலமென்றெண்ணிப்
போதையைத் துணையாய்ப் பெற்றேன்.
புலம்பினேன்...! பாடிப் பாடி
வாதையில் பிறந்து வந்த
வார்த்தைகள் கவிதையாகிக்
கோதையை என்பால் மீண்டும்
கொடுத்ததை இன்று கண்டேன்...

மருத்துவப் பட்டம் தந்தார்
மங்கைக்கு நியாயம் தானே...
வருத்திய நோயைத் தீர்க்கும்
வகையினாற் பொருத்தந்தானே...
திருத்தி என் உறவை அன்னாள்
சீர் செய்து பட்டம் பெற்றார்
சரித்திரம் அவளை ஏற்றால்
தலைவனாம் எனையும் ஏற்கும்

சென்றநாள் சென்று மாயத்
திரும்பினோம் புதுவாழ்வுக்கு
இன்றுதான் அவளை மீண்டும்
ஏறிட்டுப் பார்க்கின்றேன் யான்
நன்றியும் நேர்மையும் போல்
நடுவகி டெடுத்து வண்ணக்
கொன்றைவார் மலர்கள் சூடும்
கூந்தலைக் காணவில்லை

சந்திர வதனம் அன்று
சந்திரன் தலையில் ஏறி
இந்திர சபையைக் கூட்டும்
எழிலான வழுக்கை இன்று
அந்தியில் பார்க்கும் போது
அதுவேறு இதுவேறல்ல
மந்திரந்தானே வேண்டும்
வழுக்கையா தடைகள் போடும்?

தத்தையாள் ஓர்நாள் என்னைத்
தனியாகக் கேட்டு வைத்தாள்
அத்தான் நீர்இது வரைக்கும்
யார் யாரைப் பார்த்தீர் என்றாள்
பத்தாண்டு காலத்தில் நான்
பார்த்தவர் பலபேருண்டு
அத்தனை பேரில் உன்போல்
ஆசைதான் எவர்க்கும் இல்லை

இன்றைய காதல் பெண்ணாள்
இளையபுன் னகையை வீசிச்
சென்றநாள் போதும்... மீண்டும்
செல்ல நான் ஏலேன் என்றாள்...!
இன்றுபோல் என்றும் உன்னை
இன்பத்தில் வைத்திருக்க
மன்றத்தில் இழுத்துப்போட்டு
மதுக்கடை திறந்து வைத்தாள்..."

காலங்கள் மாறும்; காணும்
காட்சிகள் மாறும்; போடும்
கோலங்கள் மாறும், கொண்ட
கொள்கைகள் மாறும்; இந்த
ஞாலமே மாறும்போது
நாம் மாறாதிருந்தால் போதும்
சேலமே மீண்டும் எம்மைச்
சேர்த்ததும் நீதான் நன்றி...!

❖

(சேலம் கவியரங்கக் கவிதை)

13

தனித்தலைவன்
– முடியரசன்

தொடுகின்ற துறையெல்லாம் புதுமை காட்டும்
    துணிவுடைய செயலுடையன், பகைவர் கட்டி
விடுகின்ற சரடெல்லாம் பொசுங்கிப் போக
    வெடுக்கென்று விடை கொடுக்கும் மறவர் ஏறு,
நடுநின்று புவிபுரந்து நல்லோர் நெஞ்சம்
    நனிவாழ்த்தும் முதலமைச்சன்; அண்ணன் நாளில்
படிகின்ற நெஞ்சுடையன்; அந்த நெஞ்சில்
    பைந்தமிழைப் பண்புணர்வை வளர்க்கும் செம்மல்;

நாட்டுணர்ச்சி இனவுணர்ச்சி போருணர்ச்சி
    நல்ல தமிழ் மொழியுணர்ச்சி சிந்தை யள்ளும்
பாட்டுணர்ச்சி பண்பட்ட கலையு ணர்ச்சி
    பகை நடுக்கம் எழுத்துணர்ச்சி எல்லாம் சேர்ந்து
கூட்டெழுந்த தனித்தலைவன்; காட்டில் வாழும்
    குள்ளநரிக் கும்பலையே விஞ்சு கின்ற
கூட்டத்தைப் புறங்கண்ட வெற்றி வேந்தன்;
    கொள்கைப்போர் நடத்திவரும் வீரச் செம்மல்;

பொய்ம்மைதான் வென்றதென முதுமை பெற்றோர்
புகல்கின்ற மொழிகளெலாம் பொய்ம்மை யாக
மெய்ம்மைதான் வென்றதென மேலோர் கூறி
வியக்கின்ற வெற்றியினால் மேன்மை பெற்றான்;
கைம்மை நிலை அரசியலில் அடைந்தோர் நெஞ்சுள்
கனன்றுவரும் சுடுமொழியால் கட்ட போதும்
வெம்மைநிலை கொள்ளாமல் சுடரும் பொன்போல்
மேன்மேலும் புகழ்துலங்க விளங்கு கின்றான்;

படிமுழுதும் வலம்வந்து பட்டம் பெற்றுப்
படித்தவரென் றிருப்போரும் வியந்து போற்ற
நெடிதுவந்தே ஏழையர் தம் நெஞ்ச மெல்லாம்
நின்றேத்த ஆட்சிசெயும் திறமை கண்டேன்
முடியரசர் வாழ்நாடு மீண்டு மிங்கே
முளைப்பதுபோல் காணுகின்றேன் அந்த நாட்டில்
குடியரசு நெறியெல்லாம் செழிக்கும் வண்ணம்
கோலோச்சும் கருணை நிதி வாழ்க நன்றே!

❖

14
தலைவர்களில் தலைவன்
– பொன்னிவளவன்

மதுதேவை என்கின்றார் பலபேர்; நான் நிம்
    மதிதேவை! மதிதேவை! என்பேன்! என்றும்
நிதிதேவை என்றலையா எனது நெஞ்சில்
    நிதிகருணா நிதியான நீதான் தேவை!
விதிதேவை யா? இல்லை! நீவி திக்கும்
    விதிதேவை நம்கழகம் வளர்வ தற்கு!
பதிதேவை மனைவிக்கு! அண்ணா விற்குப்
    பதில்தேவை முதல்தேவை நாட்டில் நீதான்!

அண்ணா! அண்ணா! என்றுன் மனத்து டிப்பை
    ஆக்கிவைத்துக் கொண்டவனே! இந்த நாட்டில்
கண்ணா! கண்ணா! என்றே அழைப்பார் முன்னர்
    கைக்குழந்தை தாலாட்டுப் பாட்டில் தாயார்!
இந்நாளில் யாராரோ சிறுகுழந்தை;
    எதிர்காலம் உன்னைப்போல் அவர்கள் ஆவார்!
அந்நாள் போல் ஆராரோ வேண்டாம்! பெண்கள்
    ஆரூரா! ஆரூரா!' பாட லாமா?

பல்லடுக்குக் கேட்கின்றார் எடுப்புச் சோற்றுப்
பாத்திரத்தை வாங்குகையில்! மின்னும் வண்ணக்
கல்லடுக்கைப் பார்க்கின்றார் மோதி ரத்தைக்
கண்டுவிலை பேசுகையில் கடைக்கண் பெண்கள்!
முள்ளெடுக்க முடியாத சிலமீ னைப்போல்
முன்பிருந்த பண்டிதர் தம் நடையை மாற்றிச்
சொல்லடுக்கித் தருகின்றாய் உன்ன ழுத்தில்!
சுவைகளைநீ அடுக்கடுக்காய்த் தருவாய் பேச்சில்!

சித்தரத்தைச் சாற்றலே சளியும் நீங்கும்!
சித்திரத்தைப் பார்க்கையிலே துன்பம் நீங்கும்!
புத்தகத்தைப் படித்தால்தான் மடமை நீங்கும்!
புக்ககத்தை அடைந்தால் பெண் தாகம் நீங்கும்!
எத்தர்எத்தை முறியடித்து வெல்லும் உன்னால்
எத்தரத்தார் துயரெனினும் உடனே நீங்கும்!
உத்தரம்தான் சுமைதாங்கும்! உன்கை போடும்
உத்தரவோ தமிழ்நாட்டை என்றும் தாங்கும்!

முத்துவளர்க் காதவெறும் சிப்பி: நல்ல
முடிவளர்க்கா திருக்கின்ற மொட்டை மண்டை;
புத்திவளர்க் காதிருக்கும் மனித னெல்லாம்
பொதுவாக மரியாதை பெறுவ தில்லை!
குத்துவிலக் காதகுத்து விளக்கு வைக்கும்
குடும்பவிளக் குத்தூங்கும்! தீட்டு வாய்நீ
எத்தனையோ விளக்கங்கள் ஏட்டில்! வானில்
எழுந்தநிலா விளக்குன்னை எட்டிப் பார்க்கும்!

‘யார் இனிமேல்?’ என்றார்கள். ‘நீதான்!’ என்றோம்!
‘அப்படியா? ஓடாது கழகம் என்னும்
தேர்இனிமேல்!’ என்றார்கள். ‘ஓடும்!’ என்றோம்!
திமிரெடுத்துத் தேர்தலிலே போட்டி போட்டுப்
பார்இனிமேல்!’ என்றார்கள். பார்த்து விட்டோம்;
பதினைந்தும் நாம்பாவம் பார்த்து விட்டோம்!
மோர் இனிமேல் பாலாக ஆய்வி டாது! !
மூலையிலே படுத்தார்கள்; பாய்வி டாது!

அவிழ்ந்த இதழ் மலர்மணம் போல் கவிப டைத்தேன்
 அண்ணாமேல் அறுபத்து நான்காம் ஆண்டில்!
உவந்தமனத் தோடதனை மேடை தன்னில்
 உச்சரித்து மெச்சிவிட்ட தலைவா! மேனி
சிவந்தவன்நீ! எனைக்கறுப்பன் என்று பாடிச்
 சிரிக்கவைத்துச் சிரிப்பவன்நீ! கார்வி பத்தில்
கவிழ்ந்தோம் நாம் ஒன்றாக! யாரும் நம்மைக்
 கவிழ்ப்பதற்கு முடியாது இந்த நாட்டில்!

எவன் தயவால் நாம்வளர்ந்தோம்? கண்சி வக்க
 இரவெல்லாம் படித்தோமே! சும்மா தானா?
இவன் பேச்சும் இவன்எழுத்தும் தேவை என்னும்
 இளைஞர்மன ஒப்புதல் நாம் பெற்று விட்டோம்!
அவன்வளர்த்தான் இவன்வளர்த்தான் என்ப தெல்லாம்
 'அன்பாலே நாம்பார்த்துச் சொல்லும் வார்த்தை!
தவமுனிவர் போல்வாழ்ந்த அண்ணா கொள்கை
 தமிழ்இவற்றால் நம்மைநாம் வளர்த்துக்கொண்டோம்!

15

செந்தேன் நனைக்கட்டும்
— *குடியரசு*

இந்தத் தலைமுறையின் ஈடற்ற கண்மணியைச்
சிந்தனைத் தேன் குடத்தைச் சிந்தா மணியழகை
முந்திப் பிறந்ததமிழ் மூல முழக்கத்தை
அந்தி முளைத்தநிலா - அல்லி அவிழ்த்த இதழ்
தந்த அழகைத் தமிழ்பேசி வென்றவனை
வந்த களமெல்லாம் வாகைப்பூ - நட்டவனை
எந்தவித இன்னலையும் ஈர முகத்தோடு
வந்து வரவேற்கும் வாடா மறவனை
கருணநிதியென்னும் கன்னல் கழியனையன்
அரும்பும் தமிழ்ச்சொல்லில் அண்டம் வெளிப்படுத்தி
உருவம் சமைக்கின்ற உண்மைத் திருக்கோலம்
பெருகும் உணர்ச்சிப் பிழம்பு வடிவத்தான்
நெருப்புப் பெரியாரை நெஞ்சில் மலராக்கிப்
பருவம் தனைப்பார்த்துப் பக்குவச் சாறாக்கித்
தருகின்ற எங்கள் தமிழ்ச்சோலை! ஏழைக்கு
அருளை வழங்கிடும் அன்பன்! உடன் பிறப்பு!!
மணிவிழாக் காணும் மகரயாழ்! வாழ்வின்

துணிச்சல் இலக்கியம்! தொய்விலாத் தொண்டு!
பணிசெய வந்த படைப்பு! மானம்
அணிசெய வந்த அழகு! மூடப்
பிணிதீர்க்கு மாறு பிறந்த அமுது!
மணிகளால் முத்தால் மரகதப் பச்சையால்
அணிவிக்க வேண்டாமா! அன்னவனின் நெஞ்சைத்
தணிந்த வசந்தத்தால் தாலாட்ட வேண்டாமா!
நீர் வீழ்ச்சித் தோரணத்தில் நெஞ்சுக்கு நீதிதந்தோன்
பேரெழுதி வைப்பதற்கு வானவில்லே வாராயோ!
சீர்திருத்தப் பூங்காற்று! தொய்வில் சமதர்மத்
தேரோட்டம்! பாராண்ட செந்தமிழர் கல்வெட்டு!
தீர்மானத் தோடெழுந்த ஊழித் திருப்புமுனை!
பார்கண்ட பாட்டுப் பரம்பரையின் வார்ப்படம்!
நேர்கொண்ட பார்வை நிமிரவைத்த பண்பு!
வேர்ச்செத்துப் போகாத வீர விரிவு!
எழுத்துச் சிற்பிக்கு இந்நாடு கண்ட
பழுத்த இதமான பக்குவ ஞானிக்கு
எழுதுகின்ற பாராட்டை இன்னுயிரில் தீட்டிடுவோம்!
அமுதத் தமிழகத்தை ஆறுதல் சோலைக்குள்
முழுமைப் படுத்த முயன்றவன்! அந்தத்
தொழுகைக் குரியவனைத் தூயத் திருக்குறளை
வழுவிலா ஓவியத்தில் வார்த்துத் தருபவனை
செழுமைக் குரியவனைச் செந்தேன் நனைக்கட்டும்!

❖

16
நெருப்பின் கையெழுத்து
– அப்துல் ரகுமான்

உன் பேனாவின் மூடியை
நீ கழற்றுகிறாய் என்றால்
உறையிலிருந்து நீ
உடைவாளை உருவுவதாய்
உயிர் பதைப்பர் பகைவர்

நாமோ
நம் பசிக்குப் பாலூட்ட
அன்னையின் முந்தானை
விலகுவதாய் எண்ணிக்
குதூகலிப்போம்

எழுதும்போது உன்
எழுதுகோல் குனியுமன்றி
நீ குனிந்ததில்லை

உன் பேனா
தாள் பணியும் போதெல்லாம்
தாள் பணியும் பகைக் கூட்டம்

மெய்யெழுத்துக்களுக்கு
மட்டுமல்ல
விதவைகளின் நெற்றியிலும்
பொட்டு வைக்கும் உன்பேனா

உன் பேனா
தாளில் உரசும்போது
ஒரு தீக்குச்சி
தீப்பெட்டியில் உரசுவதுபோல்
நெருப்புப் பிறக்கிறது

மெய்யெழுத்தை நீ
எழுதினால் அது
உயிர் பெற்றெழுகிறது

மெல்லினத்தை நீ
எழுதினால் அது
வல்லினமாய்
மாறி விடுகிறது

வெறும்
மையெழுத்தல்ல
உன் எழுத்து, அதுவோ
நெருப்பின் கையெழுத்து!

உன்னெழுத்தோ
இருளைக் கிழிக்கின்ற
மின்னெழுத்து;
சரித்திரத்தில்
தடம்பதிக்கும்
பொன்னெழுத்து

விலை எழுத்தல்ல உன்
கலை எழுத்து; அதுவோ
தமிழினத்தின்
தலையெழுத்து

17

சட்டை வேட்டி அணிந்த சங்கத்தமிழ்
– வாலி

உடன்பிறப்புகளின் உள்ளங்களில்
உட்கார்ந்து இருக்கும்
உற்சவமூர்த்தியே!

தொண்டர்கள் தினம்பாடும்
பகுத்தறிவுப் பாசுரமே!

சட்டை வேட்டி அணிந்து நடக்கும்
சங்கத்தமிழே!

சுயமரியாதைச் சரித்திரத்தின்
ஆரம்பகால அத்தியாயமே!

உன் கோபாலபுரத்துப் பூபாளம் கேட்டுத்தான்
அன்றாடம் தமிழர்களின்
தூக்கம் கலைகிறது
துக்கம் தொலைகிறது

உன் நாக்கில் ஊறுவது
உமிழ்நீர் அல்ல;
தமிழ் நீர்

நீ
தண்டவாளத்தில்
தலைவைத்துப் படுத்ததால்தான்
படுத்திருந்த தமிழ்
தலைநிமிர்ந்து நின்றது

உன் விழிக்காக நீ
போரிட்டதைக் காட்டிலும்
மொழிக்காகத்தான் அதிகம்
போரிட்டிருக்கிறாய்

உன் கண்ணைப் பற்றிய
கவலையைக் காட்டிலும்
தமிழ் மண்ணைப் பற்றிய கவலை
மிகுந்திருந்தது உன்னிடம்

வணக்கத்திற்குரிய தலைவனே!
நீ அண்ணாவின்
இன்னொரு மனைவி
ஆம்
அன்று ஊரறிய உலகறிய அண்ணன்
உன் விரலில் தானே
மோதிரம் சூட்டினார்!
எனவே - நீ
அண்ணாவின் இன்னொரு மனைவி!

நீ மூவேந்தர்களின்
மொத்த வடிவம்
உன்னைச் சோழனென்று சொல்லலாம்

திருவாரூரில் தேரை ஓட்டியதால்
உன்னைப்
பாண்டியனென்று சொல்லலாம்
பைந்தமிழைப் பேணி வளர்த்ததால்
ஆனால்,
உண்மையில் நீ பல்லவன்
அதனால்தான் காஞ்சித்தலைவனின்
கைத்தலம் பற்றினாய்

மேடையில் வீசும்
மெல்லிய பூங்காற்றே!
உன் பேச்சில்
கிளி கொஞ்சுவதை ஊரறியும்
அதில் வியப்பில்லை
நீ அஞ்சுகத்தின் பிள்ளை தானே!

தெற்கில் உதித்த சூரியனே!
நீ
பாளையங்கோட்டையிலும்
இருந்திருக்கிறாய்
பட்டணத்துக்கோட்டையிலும்
இருந்திருக்கிறாய்

கோட்டைகள் மாறினாலும் உன்
கொள்கைகள் மாறியதில்லை

உன் பெயரும்
உன் கழகத்தின் பெயரும்
ஒன்றாக இருப்பதால் தான்
நீயே கழகமாகவும்
கழகமே நீயாகவும் இருக்க முடிகிறது!

ஆம்!
திமுக என்பதற்கு
இன்னொரு பொருள்
திருக்குவளை முத்துவேலர் கருணாநிதிதானே!

நீ வாழ்ந்தால் தமிழ் வாழும்
தமிழ் வாழ்ந்தால் நீ வாழ்வாய்
நீயும் தமிழும் வாழ்ந்தால் நாடு வாழும்

18
புறநானூற்றிலும் போற்றப்பட்டுள்ளது
- ஈரோடு தமிழன்பன்

மலைகளோடு
உறவுகொண்ட கலைஞர்
மறைந்துவிட்டாலும்
இப்போதும்
உயரங்களில்
இருக்கின்றார் இல்லாமற்
போகவில்லை.

கடல்களோடு
உறவுகொண்ட கலைஞர்
நம் கண்களுக்குத்
தென்படவில்லை யென்றாலும்
ஆழங்களில்
இருக்கின்றார் இல்லாமற்
போகவில்லை

கலைகளோடு
பழகிவந்த கலைஞர்
இப்போதும்
இல்லாமற் போகவில்லை
சிற்பங்களின் ஓவியங்களின்
கோலங்களின்
புதுப்புது மூச்சுகளில்
புறப்பட்டு வருகிறார்.

அவர்
தூக்கத்தில்கூடப்
பாழ்ப்பழைமைகளின் கனவு எலும்புகள்
உடைபடும் ஓசையைக்
கேட்டுக்கொண்டே இருக்கிறார்

பழையபோராட்டங்களை
எழுப்பிக்
கைகளில் ஆயுதங்கள் தந்து
தளபதிபடைக்கு
அனுப்பிக்கொண்டே இருக்கிறார்.

கைது செய்யப்பட்ட
நியாயங்களின் கழுத்துக்குத்
தூக்குக் கயிறு தயாரிக்காத
நீதித் தீர்ப்பை
வரவேற்கக் கைவசமிருக்கும்
வார்த்தைகள் கைகளில்
கற்கண்டுகள் கொடுத்தனுப்புகிறார்.

வாளின் கூர்மையில்
வாழ்ந்ததுபோலவே கலைஞர்
வாதங்களின்
கூர்மையிலும் வாழ்ந்தவர்
வெற்றிகண்டவர்.

வாழும்போது
வரலாறு எழுதிய கலைஞரை
வரலாறு எழுதும் காலம் இது;

கைது செய்யப்பட்டுச்
குண்டுக்கட்டாய்த்தூக்கி மனிதப்பொட்டலமாய்ச்சுருட்டிச்
சிறைக்கூட வாசல்
மண்பரப்பில்
நள்ளிரவில் வீசப்பட்ட கலைஞர்

மீட்சி கண்டதைத்
தமிழனின் மீட்சியாகஉலகம்
அறியச்செய்தது எதுவோ அதுதான்
புறநானூற்றிலும்
போற்றப்பட்டுள்ளது.

❖

19

அண்ணாவின் தனிநிழல்
– வேழவேந்தன்

கலைஞருக்குப் பிறந்தநாள் என்றால், காணாக்
    கண்களுக்கும் ஒளியூற்று பிறந்த திங்கே!
கலைஞருக்குப் பிறந்தநாள் என்றால், பிச்சைக்
    காரருக்கே மறுவாழ்வு பிறந்த திங்கே!
கலைஞருக்குப் பிறந்தநாள் என்றால், நாட்டில்
    ரிக்ஷா போய் எங்கேயோ மறைந்த திங்கே!
கலைஞருக்குப் பிறந்தநாள் என்றால், சோகக்
    கைம் பெண்டிர் புதுவாழ்வு பெற்றார் இங்கே!

அண்ணாவின் முன்னிங்கே பலபேர் ஆண்டார்!
    ஆண்டாண்டும் பிறந்தவிழா எடுத்தார்! ஆனால்
கண்ணான நற்சேதி கிடைத்த துண்டா?
    கபாலீசு வரர்கோயில் பூசை பண்ணி
வெண்பொங்கல், புளிச்சாதம் உண்டார் என்ற
    வெறுஞ்செய்தி ஆண்டாண்டும் படித்தோம்! இன்றே
வண்ண வண்ணத் திட்டங்கள் பிறக்கும் நாளாய்
    வந்ததிங்கே உங்கள் சீர் பிறந்த நாட்கள்!

ஏன் இறங்க வேண்டுமிங்கே உங்கள் ஆட்சி?
எது குறைச்சல் தமிழ்நாட்டு முன்னேற்றத்தில்?
'கூன் விழுந்த ஏழைமக்கள் பட்டா பெற்றுக்
குளிர் நெஞ்சால் வாழ்த்துவது தவறா? இல்லை,
வான் போர்த்த மண்மீது உழுவோ னுக்கே
வயல் சொந்தம் எனச் சொன்னீர் தவறா? சின்னப்
பேன் வந்து தலையேறி ஆள வந்தால்
பேடிகள் போல் நாமிருத்தல் சரியே தானா?

கோடியிலே குடிசையிலே குமுறி நின்ற
குப்பனவன் குப்பியுடன் வாழ்வதற்கு
மாடிகளைக் கட்டுவது தவறா? கூவம்
மணக்கவைத்துப் படகுவிடல் தவறா? இல்லை,
நாடெல்லாம் மின்னொளியைத் தந்தே எங்கும்
நற்புரட்சி செய்திட்டீர் தவறா? கேட்டு
வாடி நின்ற கேரளத்துச் சேட்டருக்கும்
வயிறார அரிசி தந்தீர் தவறே தானா?

அண்ணாவின் தனிநிழலே! அவரும் வைத்த
அழகான புள்ளிகளை இணைப்பதற்கு
வண்ண வண்ணக் கோலங்கள் போடுகின்றீர்!
வாழ்கின்றார் நம் அண்ணா உம் தோற்றத்தில்!
எண்ணரிய சாதனைகள் புரிந்த தாலே
இருக்கின்ற முதல்வர்களுள் முதல்வர் நீங்கள்!
கண்ணுக்கும் கண்ணான கலைஞ ரேறே!
காலத்தை வென்றிங்கே வாழ்க, வாழ்க!

❖

20

ஆகாய நீலம் அழியாது
கலைஞரின் புகழும் மறையாது

– முத்துலிங்கம்

கலைஞர் என்பது நான்கெழுத்து – கொள்கைக்
கழனியில் விளைந்த தமிழ்க்குருத்து
அலைகடல் போலே உரைப்பெருக்கு – சொல்
ஆற்றலில் அவர்ஓர் கதிர்விளக்கு

இன உணர்வைத் தட்டி எழுப்பியவர் – தமிழ்
இனப்பகையின் திமிரை அடக்கியவர்
கணப்பொழுதும் சோர்வு கொண்டதில்லை – அவரைக்
கலைத்துறையில் யாரும் வென்றதில்லை

முரசொலி பிறந்த ஆண்டில்தான் – இந்த
முத்துலிங்கம் நானும் பிறந்துவந்தேன்
முரசொலி மூலம்தான் மற்றவர்க்கு – நான்
முறையாக அறிமுகம் ஆகிநின்றேன்

முரசொலி செல்வமும் கலைஞருமே – அதற்கு
மூல காரணம் ஆவார்கள்
முரசொலி அன்றென் தாய்வீடு – அது
முத்தமிழ் வளர்த்த பூக்காடு

எத்துணையோ இயக்க ஏடுகளில் – இன்று
இதுதான் நிலையாய் நிற்கிறது
கலைஞரின் உழைப்பும் ஆற்றலுமே – அதற்குக்
காரணம் என்பது புரிகிறது

நெருக்கடிக் காலத்தில் மிசாக் கொடுமை – தந்த
நிகழ்ச்சிகள் அனைத்தையும் நாமறிவோம்
கலைஞரின் தலைமை இல்லையென்றால் – அன்று
கட்சியே அழிந்து போயிருக்கும்

எம்.ஜி.ஆர் என்ற மிகப்பெரிய – ஓர்
இணையற்ற சக்தியை எதிர்த்துநின்று
அரசியல் செய்திட அவரையன்றி – இங்கே
ஆரால் முடியும் சொல்லுங்கள்

விந்தியத்திற் கப்பால் பிறந்திருந்தால் – நம்
வித்தகக் கலைஞர்தான் அந்நாளில்
இந்தியப் பிரதமராய் இருந்திருப்பார் – அன்றே
இந்தித் திணிப்பையும் தகர்த்திருப்பார்

ஆகாய நீலம் அழியாது – கலைஞர்
ஆற்றலும் புகழும் மறையாது
ஆகாயம் பூமி உள்ளவரை – என்றும்
அவர்பெயர் சொல்லும் வரலாறு

21
சோழன் பாண்டியனுக்குக் கொடுத்தது
– கவிப்பேரரசு வைரமுத்து

சௌந்தர்யம் வாடிப்போன
தென்னிந்திய மலையொன்று
நாற்காலியில்
சரிந்துகிடப்பதுபோல்
சாய்ந்திருந்தாய்

அடிவாரத்துப் பறவைபோல்
உன்னருகே நான்

நான் தொட்டுக்கொள்ள
நீ பற்றிக்கொள்ள
நாம் பேசாத வார்த்தைகளை
உரையாடிக்கொண்டிருந்தன
விரல்கள் பத்தும்

வாளுருவிய உறைபோல்
தளர்ந்திருக்கும் இந்த விரல்களா
தமிழ்ப் பாற்கடல் கடைந்தவை!
லட்சம் பக்கங்கள் நிரப்பியவை!

நதிகள் திசைமாறவும்
விதிகள் மடைமாறவும்
ஏழைகள் பசியாறவும்
எறும்புகள் மலையேறவும்
ஆணையிட்ட விரல்கள் இவை தாமா?

சிவன்கை மழுவாய்
ராஜராஜன் செங்கோலாய்
உன்கையில் இருந்ததே
பேனா என்னும் பிரதி

காதுக்கும் உதட்டுக்கும்
நாகரிக இடைவெளிவிட்டு
ஓசையோடு ஓதினேன்:
"எனக்கொரு பரிசு வேண்டும்"
நாற்பது பாகையில் திரும்பியது
பிடரிச் சிங்கம்

"நீங்கள் எழுதிய பேனா வேண்டும்"

மகள்பக்கம் திரும்பியது
கண்ணாடியிட்ட களிறு

சமிக்ஞையே ஆக்ஞையானதும்
ஆக்ஞையே சமிக்ஞையானதும்
அங்குதான் பார்த்தேன்

வந்து சேர்ந்தது
அம்பறாத்தூணியின்
ஒற்றை பிரம்மாஸ்திரம்

எழுந்தேன்
பிறகுதான் நிகழ்ந்தது
இதிகாசம் காணாத பெருநிகழ்வு

துரோணர் தன் கட்டைவிரலை
ஏகலைவனுக்கு வழங்கிய
யுகசம்பவம்

முதன்முதலில்
கண்ணியத்தின் பொறாமை பார்த்தேன்
கனிமொழி கண்களில்

ஊறியது உப்புத்தண்ணீர்
என் கண்ணோடை வெளிகளில்

தத்தெடுத்த பிள்ளையை
முத்தெடுப்பதுபோல்
முத்தமிட்டெடுத்தேன்

வீடுவந்தேன்
ஒரு சாம்ராஜ்ஜியத்தின்
பிடிமண்ணைப்போல்
பேழைக்குள் வைத்தேன்

உன் குடியிருப்பு
நினைவகத்துக்கு

உன் அரசியல்
கொள்கைத் தோன்றல்களுக்கு

உன் சாதனை
தமிழர்க்கு

உன் பேனா
என் தமிழுக்கு

பிழைபட்டேன்;
நம் தமிழுக்கு

சென்னை கோபாலபுரத்தில் கலைஞர் இல்லத்தில்
கலைஞர் எழுதிய எழுதுகோலை அவர் கரங்களால் பெற்றநாள்:
11.07.2018

22

தமிழனின் கையெழுத்து
- மு.மேத்தா

ஆயிரம் தலைவர்கள்
அலைஅலையாய் வந்தாலும்
அவருக்கு நிகராகுமா?
அகிலம் முழுதும்
அகல் விளக்கு எரிந்தாலும்
ஆதவனுக் கிணையாகுமா?

பாயிரம் எத்தனை
பக்கங்கள் படைத்தாலும்
காவியம் அது ஆகுமா?
பாரெலாம் தேடினும்
கலைஞர் போல் தமிழுக்குப்
பணிசெய்ய இனி யாரம்மா?

பக்தியிலே திளைத்தாலும்
சக்தியிலா மக்களுக்கு
பலம் தந்த சக்தி எதுவோ?
பாராத சக்தியையும்
பார்க்கவைத்து ஈர்க்கவைத்த
பராசக்தி அது அல்லவோ?

முக்திபெற நினைத்தவரும்
முன்னேற்றம் பெற நினைத்தார்
மு.கவின் வசனத்தாலே!
முத்தமிழ் அறிஞர் நம்
கலைஞர் தினம் மேடைகளில்
முழங்கிய முழக்கத்தாலே!

எழுத்திலே பேச்சிலே
எழுச்சிதரும் மூச்சிலே
எங்கள் தமிழ்அன்னை இருப்பாள்!
இதயத்தின் துடிப்பிலே
பெரியாரும் அண்ணாவும்
இணைந்தொன்றாய்க் குரல் கொடுப்பார்!

உளத்திலே முரசொலி
தமிழ் இனத் தலைவரின்
உருவமே குறளோவியம்!
உலகத்துத் தலைவர்களில்
ஒரே ஒரு தலைவர் இவர்
ஓய்வுக்கே ஓய்வளித்த உழைப்போவியம்

23

உனக்கு அஸ்தமனம் வந்தால் அதுவே ஒரு பௌர்ணமியாகும்

– நா.காமராசன்

◈ அந்தப் பால்யகாலத்தின்
இனிய நினைவுகளை
அசை போடுகிறேன்
என் குருதேவா

◈ எனக்கு மட்டுமல்ல
எனது தலைமுறைக்கே
தமிழ்கற்றுத் தந்தவன் நீ

◈ தமிழர்கள் அனைவரும்
தலைவனின் மோதிரக் கையால்
குட்டுப்பட விரும்புவார்கள்
ஆனால்,
அந்தத் தலைவனையே
தன் கையாலேயே
உன் கைக்கு
மோதிரம் போடவைத்த
முதல் மனிதன் நீதானே

◈ அன்று நீ தமிழ்காக்கத்
தண்டவாளத்தில் தலைவைத்துப் படுத்த
பழைய நினைவெல்லாம்
பள்ளத்தோடும்
ரயில்வண்டித் தொடர்போல
உள்ளத்தில் ஓடுவதால்
உன்னை நான் வணங்குகிறேன்.

◈ உனக்கு எப்போதும்
அஸ்தமனம் இல்லை
அப்படி வந்தால்
அது ஒரு பௌர்ணமியாக வரும்

24

திராவிடம் கலைஞரின் உயிர் மூச்சு!
– கலி.பூங்குன்றன்

நூற்றாண்டையும் முத்தமிடுவார்
என்று நினைத்தோம்!

நூறு வருமுன்பே பிரிந்தார் - ஆனாலும்
என்றும் நெஞ்சில் நிறைந்தார்

தொடக்கம் இவருக்கு ஈரோடு
தொடர்கிறது இன்னும் உயிரோடு

நடைவண்டி தந்தது குடிஅரசு - பின்
நாடி வந்தது இவரிடம் தமிழரசு

அண்ணா இவருக்கு அன்பேடு
அரசியல் கற்றது அறிவோடு

புதுவை இவருக்குப் புறப்பாட்டு
புரட்சிக் கவிஞரின் புயற்காற்று

திராவிடத் தோப்பின் தேன்குடம்
திரு ஆரூர் தந்த திராவிடம்

மிகப் பிற்பட்ட சமூகம்
மேன்மைக்கு வகுப்பார் வியூகம்

பதவியின் உயரம் சென்றவர்
பகுத்தறிவால் எதையும் வென்றவர்

அலறுது அலறுது ஆரியம்
ஆணிவேரை வீழ்த்திடும் வீரியம்

மானமிகு சுயமரியாதைக்காரர்
மாண்புகள் படைக்கும் தீரர்

இனமானம் இவரின் பார்வை
மொழிமானம் மற்றொரு தீர்வை

செங்கோல் சென்றது உண்டு
எழுதுகோலோ பிரியாத ஒன்று

கலைகள் இவருக்குக் கைவந்தது
கலைஞர் என்ற பெயர் வந்தது!

களங்கள் இவருக்குச் சர்க்கரை
கடமையிலோ என்றும் அக்கறை!

உழைப்பு இவருக்கு ஊன்றுகோல்
உவமையும் இவருக்கு உண்டு சொல்!

கலைஞர் வாழ்க வாழ்கவே!
இளைஞராய் மீண்டு(ம்) எழுகவே!

எழுச்சி முரசின் இனமணி!
இனிய இளவலோ வீரமணி!

இருவரும் தலைவர்கள் எம் வழிகள்
திராவிட இனத்தின் இருவிழிகள்

திராவிடம் வெல்க
திருப்பம் தரும் - அந்தத்
திரு பல்குக!

திராவிடம் எனும் தத்துவம்
தீர்ந்ததைப் புதுப்பிக்கும் புத்தகம்

ஆரியப் பண்பாட்டுக் காட்டை
முறியடிக்கும் பெரியாரின் பாட்டை!

திராவிடம் கலைஞரின் உயிர்மூச்சு
திக்கெட்டும் பரவட்டும் அவர் பேச்சு!

"திராவிட மாடல்" அரசு
வள்ளல் கலைஞர் வழங்கிய பரிசு

திராவிடம் வெல்கவே
திருப்பம் தரும் - அந்தத்
திரு வெல்கவே

25

இன்னும் ஒரு நூற்றாண்டு இரும்
– எஸ். ஜெகத் ரட்சகன்

வடநடை கலந்த 'வசனமா புரி' யாகத்
திரைநடைத் தள்ளாடித் தீந்தமிழ் தவிக்கையில்

உரைநடைப் புலியாக. உணர்ச்சிக் கவியாக.
தரைநடை விட்டுத் தாவிவரும் புயலாக.

வெள்ளித் தமிழள்ளி வீசுகிற கடலாக.
வெள்ளித் திரைவானின் வித்தகச் சுடராக.

பள்ளித் தலமனைத்தும் பாராட்டி மனப்பாடம்
செய்யும் அற்புதச் செய்யுள் மழையாக.

கொட்டித் தீர்த்த கூர்த்தமதிப் புலவன் யார்?
வெட்டிவரும் மின்னலுக்கும் விசைதந்த கவிஞன் யார்?

இளமையினைப் பலியிட்டு ஈரோட்டுப் பாசறையில்
சிங்கப் போத்தாகச் சிலிர்த்துச் செயல்பட்ட
தங்கத் தமிழ்மகன். யார்?

தாகத்தால் தமிழ்பருகி மேகத்தைப் போல
மீண்டும் பொழிந்தவன். யார்?

தன்னை விதைத்துத் தமிழ்ப்பயிரை உருவாக்கி
வங்கக் கடலோரம் வாழ்கின்ற அண்ணாவின்
கொள்கைப் பூமலரக் குளமான தலைவன் யார்?
குலமானம் காத்திட்ட கொள்கைமறவன் யார்?

பெரியாரின் முழக்கத்தைப் பீடுடைய மகுடமெனத்
தலைமீது சுமந்தபடி தரையெல்லாம் நடந்தவன் யார்?

குளித்தலையில் தொடங்கிய கொள்கைப் பயணத்தைத்
துளியளவும் தொய்வின்றித் தொடர்ந்துவரும் சுந்தரன் யார்?

பூவால் அடித்துப் பூமியை வென்றதுபோல்
நாவால் பகைமுடித்து நடந்துவரும் கொற்றவன் யார்?

விரல்கொண்டு இலக்கிய வீணையை மீட்டுவதும்
குரல்கொண்டு கழகத்தின் கொள்கைநிலை நாட்டுவதும்

ஓயாமல் செய்துவரும் ஒப்பரிய தலைவன் யார்?
தேயாமல் ஒளிவீசும் திராவிடத்துப் பகலவன் யார்?

பொய்யை புனைசுருட்டை பூரியரின் தாக்குதலை
மெய்யால் எதிர்கொண்ட மேன்மைத் தமிழன் யார்?

துடிப்போடு விரல்கீறித் தொட்டுப் பொட்டுவைத்து
கொடிகண்டு பிடித்த கொள்கை மறவன் யார்?

அழிப்போரின் ஆதரவில் ஆணவமாய் இந்திவர
மொழிப்போரில் சூளுரைத்து முன்னின்ற முதல்வன் யார்?

'தமிழ்வாழ்க' என்றதனால் தனிச்சிறையில் அடைபட்டு
'அணிலோடு விளையாடி அலட்சியமாய் நின்றவன் யார்?

முத்தமிழைத் தேனென்றும் 'முத்தமிழைத்தேன்' என்றும்
முத்தமிழில் உயிர்கலந்து முழங்கிவரும் வித்தகன்யார்?

வானவில்லின் எழுவண்ணம் வார்த்தைகளில் எழும்வண்ணம்
ஞானத்தைப் பயன்படுத்தி ரசவாதம் செய்பவன் யார்?

கற்களிலும் முட்களிலும் காலமெலாம் நடந்து அறிஞர்
சொற்களிலே வாழ்கின்ற சொலல்வல்ல பண்டிதன்யார்?

சூரியப் படைநடத்தி சுற்றிவரும் சூழ்ச்சிமிகு
ஆரியப் படைகடந்த அறிவுலகப் பாண்டியன் யார்?

எழுத்ததி காரத்தில் எப்போதும் வென்றவன்யார்?
சொல்லதி காரத்தில் சொக்கவைக்கும் காவலன்யார்?

சிலப்பதி காரத்தின் சிறப்பதி காரத்தை.
உலகத் தமிழரெலாம் உச்சரிக்க வைத்தவன் யார்?

இருபது நூற்றாண்டின் முன்வாழ்ந்த வள்ளுவர்போல்
'இருபதாம் நூற்றாண்டின் வள்ளுவனாய்' வாழ்வது யார்?

'இருக்கட்டும் தெற்கேயும் இமயமலை' எனக்கருதி
வான்முட்டக் குமரியிலே வள்ளுவரை வைத்தது யார்?

கவிழ்ந்தாலும் தீபம்போல் கருத்தால் நிமிர்பவன் யார்?
அவிழ்ந்தாலும் மலரைப்போல் அழகாய்ச் சிரிப்பவன் யார்?

நடந்தால் குளிர்தூங்கும் நதியாய் நடப்பவன் யார்?
தளர்ந்தாலும் தளராமல் தமிழைக்கொடுப்பவன் யார்?

வெளிவேகம் காட்டி வேடங்கள் தரிக்காமல்
ஒளிவேகம் காட்டி உழைத்துவரும் தொண்டன் யார்?

நரைவந்து திரைவந்து நலிவுதர நின்றாலும்
நறைகொண்ட தமிழ்ப்புலமை நலியாத நாவலன் யார்?

படைகொண்டு வருகிறது பகைப்புலம் என்றாலும்
நகைப்புல மாக்கி நடக்கின்ற தென்னவன் யார்?

கால்பிறந்த குடியென்று காலமெல்லாம் காலடியின்
கீழ்ப்பட்டுக் கிடந்தான் சிறப்பதி காரத்தைக்
குடியுரிமை பெற்றது போல் கோட்டையிலே முதலமைச்சர்
கொடியுரிமை பெற்றுக் கொடியேற்றச் செய்தது யார்?

இத்தனை 'யாரு'க்கும் என்னபதில் எனக்கேட்டால்
இத்தரையே சொல்லுமடா, என்தமிழா - அந்த
உத்தமரை அறியார் உலகத்தை அறியார்! - அவர்
'வாழும் பெரியார்' என்பதிலே பெருமை நமக்கன்றோ!

'உடன்பிறப்பே' என்னும் ஒற்றைச்சொல் மந்திரத்தில்
வீரம் விளைவிக்கும் விஞ்ஞானி அவரன்றோ!

'அண்ணா விரல்நீட்டி 'அங்கேபோ' என்றால்
முன்னோடிச் சென்ற முன்னோடி அவரன்றோ!

திராவிட இயக்கத்தின் தீரமிகு வரலாற்றைக்
கண்முன்னே காட்டும் கண்ணாடி அவரன்றோ!

பின்னடைவு ஏற்பட்ட பின்னாலும் சரியாமல்
முன்னோக்கி நடந்துவரும் மூதறிஞர் யாரென்றால்

அன்னைத் தமிழ்நாட்டின் ஐம்பதாண்டுச் சரிதத்தில்
பின்னை ஒருவரின் பெயர்சொல்ல முடிந்திடுமோ?

செல்வத் தமிழ்நாட்டின் தேர்தல் சரித்திரத்தில்
வெற்றிக்கு மறுபெயராய் வீற்றிருப்பார் அவரன்றி
வேறுயார்? வேறுயார்? வேறுயாரும் இல்லையடா!

வேராக பண்பாட்டின் விழியாக நமக்கெல்லாம்
சீராகக் கிடைத்திட்ட திருவாரூர்ச் சோழனடா
யாராலும் சந்திக்க முடிகின்ற தோழனடா?

காற்றுக்கு நடைதந்து கவிதைக்குப் பொருள்தந்து
நேற்றுக்கும் இன்றுக்கும் நிழல்தந்து வாழ்கின்ற
ஆற்றலின் தமிழ்வடிவம் அவரின்பேர் கலைஞரடா!

போற்றியவர் புகழ்பாடிப் பொலிவதுநம் கடமையடா!
அவர் நடந்த பாதையிலே அடிவைத்து நடப்பதுநம்
தலைமுறைக்கே பெருமையடா! தமிழ்நாட்டின் உரிமையடா!

எண்ணூறு ஆண்டுகளில் இயலும் தமிழ்ப்பணியைத்
தொண்ணூறு ஆண்டுகளில் துவளாமல் செய்தளித்து
பன்னூறு விதைதூவி பாரதத்தின் முகடுவரை
கண்ணேறு படவாழும் கலைஞர்நம் தெய்வமடா!

தெய்வத்தை வாழ்த்துவது தீந்தமிழர் வழக்கமடா!
திசையெட்டும் கேட்கட்டும் 'வாழ்க' வெனும் முழக்கமடா!

நேராண்டு வகிடெடுத்து நின்றிருந்த எம்தலைவர்
நூறாண்டு கண்டாலும் நோகாத அவர்கொள்கை
வாழட்டும்! அவர்நிழலில் வாழட்டும் தமிழ்நாடு!
சூரியனைப் போல் கலைஞர் சுடரட்டும் மகிழ்வோடு!

❖

26

மௌனம்
– கனிமொழி கருணாநிதி

பேசுவதை நிறுத்திக் கொண்டாய்
உங்களிடம் பேசி என்ன ஆகப்போகிறது
என்று நினைத்துவிட்டாயா?
பேசிப் பேசி அலுத்துவிட்டதா?
சொல்வதற்கு இருந்ததை எல்லாம்
சொல்லி விட்டேன் என்றா?
உன் வார்த்தைகளின் எஜமானர்கள்
நாங்கள் என்று உனக்குத் தெரியாதா?

....

மௌனம் கனத்துக் கிடக்கிறது
எங்கள் பாதைகளை அடைத்துக் கிடக்கும்
அசைக்க முடியாத பாறையாய்.
வெடித்துக் கிடக்கும் வறண்ட வயலின்
வரப்பில், செய்வது அறியாது
நிலைகுலைந்து நிற்கும் குடியானவனைப் போல
நாங்களும் காத்துக் கிடக்கிறோம்
கார்முகிலாய்த் திரளும் சொற்களுக்காக.

....

கடல் பிளந்து மறுகரை சேர்க்கிறேன் என்ற
கிழவனைப் பறித்துச் சென்றது யார்?

....

உன் சக்கர நாற்காலி உருளும் சத்தம்...
வண்டியில் இருந்து இறங்கி நீ
வீசும் சினேகப் புன்னகை...
அதற்குப் பின்னால் எப்போதும்
ததும்பும் நகைச்சுவை...
மேடையில் இருந்து, "உடன்பிறப்பே" என்று
அழைக்கும் போது ஒரு கோடி
இதயங்கள் ஒரு வினாடி உறைந்து
துடிக்குமே அந்தக் கணம்...
இதற்கு மாற்றாய் எதைத் தருவாய்,
நாளை முதல் சூரியன் உதிக்காது
என்றால் இந்த பூமி எப்படிச் சுழலும்?

....

எங்கள் கேள்விகளாய், தேடும் பதிலாய்
சிந்தனையாய், சிந்தனையின் ஊற்றாய்,
மொழியாய், மொழியின் பொருளாய்,
செவிகளை நிறைத்த ஒலியாய்,
குரலாய் இருந்தது நீ.
எங்களோடு தானே எப்போதும்
இருப்பாய், இருந்தாய்
திடீர் என்று எழுந்துபோய்க் கதவடைத்துக்
கொண்டால் எப்படி?

....

உன் நாவை எங்களுக்கு வாளாக
வடித்துக் கொடுத்தாய்
அதைப் புதுப்பொலிவு மாறாமல்
பாதுகாத்து வைத்திருக்கிறோம்.
இருண்மையும் எதிரிகளும் சூழ்ந்த
நேரத்தில் எங்கள் தோள்களின் மீது
ஏறிப் படை நடத்திடக் காத்திருக்கிறோம்...
நீயோ, போதி மரத்து புத்தனைப் போல்
அமைதி காக்கிறாய்.

....

உன் ஆளுமையை துவேஷித்தவர்கள்
வசை பாடியவர்கள்
தமிழ் வாழ்வின் தாழ்வுகளுக்கெல்லாம்
நீயே காரணம் என்றவர்கள்
எல்லோரும் இன்று
காத்துக் கிடக்கிறார்கள் எங்களோடு.
புழுதிக் காற்று வீசும் திசையறியாக் காட்டில்
தெளிந்த தடம் காட்டும் உனது
சில வாக்கியங்களுக்காக.

....

நீ பேசுவதில்லை
ஆனால் நாங்கள்
உன்னைப் பற்றியே தான்
பேசிக் கொண்டிருக்கிறோம்
வா,
வழியெங்கும் பூத்துக் கிடக்கிறது
நீ வருவாய் என்ற நம்பிக்கை...
நீயின்றி இயங்காது எம் உலகு.

27

இவர்தாம் தமிழின் இருப்பு

— வா.மு.சேதுராமன்

உலகத் தலைவர் உயிர்க்கலைஞர் சான்றோர்!
பலகற்ற மேதையர்கோ பண்பார் - நிலவரை
மாந்தநேயத்தின் மணிமகுடம் தன்னையோ
ஈந்தார் தமிழர் இருப்பு

இருந்தமிழ் பல்துறையும் ஏற்றெழுத விஞ்சும்
பெருந்தமிழ்ச் சிற்பியாய்ப் பேணும் அறவோய்
புரட்சி அறிவொழுக்கம், அன்பும் ஒழுங்கும்
சமுதாயம் தந்த தவம்!

தவத்தின் தவமாய்த் தகைமைக் கலைஞர்
புவனம் படத்துறை போற்ற இவன்தமிழ்
மாப்புரட்சிக் கீடாய் மறுமலர்ச்சி உச்சத்தைக்
காப்புதலைத் தந்ததெவர் காட்டு

காட்சிக் கெளியராய்க் கலைத்தமிழாய்ப் பாவலர்கள்
மாட்சிக் 'கவியரசு' மாகவிஞர் – ஆட்சிதமிழ்
என்போன்றார் தாம்மதிக்க இன்றுளரா? உண்டுகொல்
நம்இஸ்டா லின்முதல்வர் நம்பு

நம்பிக்கை கொள்க நடைமுறையில் பாவலரே
வெம்பித் தமிழ்ச்சாதி வீழாமல் - தெம்போடு
மாத்தமிழ் நாட்டை மதியுலகுச் செந்தமிழைக்
காத்த வழிகலைஞர் காண்

காண்டரும் மீட்சி கலைஞர் அருளகம்
பூண்ட திராவிட மாதிரி – மாட்சிதரு
ஒப்பில்லா நம்கலைஞர் உண்மைதாம் தொண்டறத்தால்
முப்பால்போல் ஓங்குகவே மூத்து

❖

28

கடல் அலை நடுவே கலைஞர் சிலை

– பேரா. அப்துல் காதர்

ஒட்டுண்ணி ஆரியம்
வெட்டி வீழ்த்தியபின்
நட்டு வைத்த
ஏகலைவன் கட்டை விரல்அது!

☆

பெரியவாள் சின்னவாள்
அவாள் இவாள்
ஆதிக்கம் வீழ்த்த
உறை கழித்து உருவப்பெற்ற
திராவிட வாள் அது!

☆

நெய்தல் நிலத்தில்
உயிரெழுத்து இழைநூலால்
மணித்தமிழ் அன்னை
மாராப்பு நெய்திடப்
பொன்சரிகை சேர்க்கும்
முன்திண்டுக் கோள் அது!

☆

சனாதானக் கிழிசல்தைத்து
ஈரோடு காஞ்சி
இயக்கம் தந்த
எழுத்து ஊசி அது!
☆
தலைவிதித் தவறு திருத்த
தன்குருதிச் சிவப்புமை
தேக்கியிருக்கும்
ஃபௌண்டன் தானா?
பகுத்தறிவுக் கலைஞர் பேனா!
☆
அதன்
ஒப்பில்லா
நிப்பின்
நெற்றி நெருப்புவழி
நீறாக்கியது
முன்னாள் ஆண்டவரை
அரசியல் பிழைத்து
ஆண்டவரை!
பனைஓலைச் சுவடியாய்க்
கடற்கரை
வெண்மணல் பரப்பு
விரிந்திருக்கத்
தமிழ் எழுத
கழுத்துமுட்ட ஆசை
ததும்பியிருந்தாலும்
கன்னித்தமிழ்த்
தாய்மண்ணைக் கீறிக்
காயப்படுத்த மாட்டேன்
என்று
நிமிர்ந்திருக்கும்
எழுவாய் எழுத்தாணி!
☆

மூன்று சங்கத்தில் இரண்டை
முழுங்கிய கடலே!
தமிழ்ப் பகைநீ எனத் தாக்கத்
தாவிவந்த தமிழ்ஈட்டி!
★

கண் துஞ்சாமல்
கழகக் கடமையாற்றி
ஓயாமல் உழைத்த
என் தம்பி
இங்கே உறங்குகிறான்
உஷ்!
அமைதியாயிருங்கள் என
அலை உதட்டின் மீது வைத்து
அமைதிப் படுத்தும்
அண்ணாவின் ஆட்காட்டி விரல் இது!
★

அடங்காப் புகழ் அண்ணாவின்
அடக்கவிடத்தின்
கைப்பிடி மண்ணைக்கூடக் கடல்
கவர்ந்து விடக்கூடாதென்று
எல்லை காக்கும் வள்ளுவ
அய்யனார் ஏந்திய
காவல் கைக்கோல் அது!
★

வாழும் காலமெல்லாம்
கண்ணீர்த் தீவுகளைக்
கரையேற்றிய
கலங்கரை விளக்கச்
சமத்துவச் சதுக்கத்தின்
தலைமாட்டில்
புகழ் கமழ ஊன்றப்பட்ட
மேகம் புகையும்
ஊதுவத்தி அது!
☆
மண்ணுக்காகவே மலர்ந்து
மண்ணுக்கு
உரமாகவே உதிர்ந்த
திருக்குவளைப் பூவின்
கம்பீரக் காம்பு அது!

29

தோள்மேல் ஆணை
— காசி ஆனந்தன்

கலைஞர் என்னும் எரிமலைத் தீயில்
    காய்ச்சி அடித்த வேல்கொண்டு
கொலைஞர் சிங்களர் உடலும் குடலும்
    குத்திக் கிழித்து வெறி கொண்டோம்!
தலைவர் எங்கள் கலைஞர் உளவரை
    தமிழ் ஈழத்தை எவர் வெல்வார்?
தொலைவர் சிங்களர்! இதுவும் கலைஞர்
    தோள்மேல் ஆணை தோழர்களே!

கல்லின் மலைத்தோளான் கரிகாலன்
    கதையும் சோழன் இராசேந்திரன்
வில்லின் கதையும் சுந்தர பாண்டியன்
    விறலின் கதையும் ஈழத்தே
சொல்லின் நடுங்கிச் சோர்வார் சிங்களர்!
    சோர்வார்! கலைஞர் பேர் கேட்டால்
புல்லின் மெலிவார்! வழி வழிவீரப்
    புலி நம் கலைஞர் தோழர்களே!

அந்நாள் முப்பதாண்டுகள் முன்னால்
    அள்ளிக் கலைஞர் எறிந்த கனல்
மின்னலாய்ப் புயலாய் வெடித்தே மண்மிசை
    மேனி சிலிர்த்தார் தமிழ் மக்கள்
இந்நாள் நாட்டினர் கண்ணால் காணும்
    ஈழத் தமிழர் புலிக் கூட்டம்
தென்னாடளித்த கலைஞர் வளர்த்த
    சிறுத்தைக் கூட்டம் தோழர்களே!

இலங்கை மண்மேல் கலைஞர் காலடி
    இடுதல் தடுத்தார் சிங்களவர்!
கலங்கி நின்றார்! கலைஞர் பெரும்படை
    கால்வைத்திடுமோ என வேர்த்தார்!
நிலங்கள் வெவ்வே றாயினும் கடலின்
    நீரைக் கிழித்துத் தமிழர் கை
விலங்கைப் பொடி செயும் கை நம் கலைஞர்
    வீர மணிக்கை தோழர்களே!

வெற்றிக் களங்கள் எனும் கருவறையில்
    விளைத்தார் கலைஞர் ! நாமறிவோம்!
சுற்றிப் பகைவர் கோடி சூழினும்
    சூறைக் காற்றாய்ச் சுழலுமவர்
நெற்றிச் சுழிப்பில் கொடியர் சிங்களர்
    நிலம் தூளாகும்! தமிழீழம்
முற்றிப் பழுக்கும்; நாளை நம் வெற்றி
    முரசம் முழங்கும் தோழர்களே!

30

தமிழ் நிலத்தின் முன்னத்தி ஏர்

– தமிழச்சி தங்கபாண்டியன்

தமிழ் வேர் பரப்பித்
தன்மானக் கிளை விரித்துப்
பகுத்தறிவுக் கனி பூத்த
இனமானப் பெரு விருட்சமே
என் தலைவா !

சுயமரியாதையும், வீரமும்
சரிசமமாய்ச் சூல்கொண்ட
தன்மான எரிமலையே !

தமிழ் முகிலும், கழகக் காற்றும்
முயங்கிப் பெற்ற
முடிவில்லாக் கவிமழையே !

'அட்சய, விபவ' என
வடமொழி வடம் பிடித்திருந்த
தமிழரை நேர் திருத்தி,
தை ஏர் கொண்டு
தமிழ்த்தேர் இழுத்த
தன்னிகரற்ற என் தலைவா !

வெல்லமிட்டு வைக்கும் பொங்கல் இனிப்பதுண்டு;
நீ உப்பிட்டு,
'தன்மான உப்பிட்டு வைத்த புத்தாண்டு
தமிழ்ப் பொங்கல்,
உவர்க்காமல், இனிப்பதென்ன -
ஏலக்காய் பொடித்த பொங்கல் மணப்பதுண்டு;
நீ, மிளகிட்டு,
'இனமான மிளகிட்டு'த் தந்த
இப் பொங்கல்,
இன்னமும் இனிப்பதென்ன -

மண்பானை உலை கொதிக்கும் பொங்கல் சுடுவதுண்டு;
உன் தமிழ்ப் பானை தந்த
பகுத்தறிவுப் பொங்கல்,
பதநீராய்க் குளிர்வதென்ன -

தரிசு நிலமெல்லாம் உன்
தமிழ்க் கமலை நீர் பாய்ந்து,
செங்கரும்பு விளைந்ததென்ன
மங்கலமாய்ப் பிறந்த
பொங்கல் புத்தாண்டே காரணமாம் !

பெரியாரின் மீசையில்
இன்றுவரை நரைக்காத
இளமைத் திருமுடி நீ !
பேரறிஞர் தந்து சென்ற,
தமிழினத்தின் மங்காத் திருமுடி நீ!

பாற்கடலை வாசுகிப் பாம்பு கடையப்
பிறந்தது அமுதமெனக் கதையுண்டு,
கண்டதில்லை நான் !
வாசுகியின் இணை தந்த
இரண்டடித் திருக்குறளை
இளங்கோவின்
இருகாற் சிலம்பு கடைய,
தமிழ் அமுதாய்ப் பிறந்து வந்த
கரிகாற் சோழன் நீ -
காண்கின்றேன் நான் !

அரசர்கள் பலவுண்டு அவனியிலே
எழுதுகோலே செங்கோலாய் மாறும்
ரசவாதம் உன்னில் தவிர யாருக்குண்டு ?
உன் பேனா,
திறந்திருக்கும் பொழுது
தீந்தமிழில் தோய்கிறது,
சற்று
ஓய்ந்திருக்கும் போதோ
செங்கோலாய்த் திட்டங்கள் தீட்டுகிறது !

நெல்லுக்குப் பாயும் நீர்
சற்று புல்லுக்கும் பாய்வதுண்டு ;
மடை மாற்றி,
அதுகாறும்
தர்ப்பைப் புல்லுக்குப் பாய்ந்த நீரை,
தமிழ் நெல்லுக்குப் பாய்ச்சிய
சொல் ஏர் உழவன் நீ !

தமிழ்
நிலத்தின் முன்னத்தி ஏரே !
என் தலைவா –

முள் தாண்டி வெள்ளை மாளிகைக்குள்
கறுப்பு வித்தொன்று முளைத்தது அங்கு
மௌடீக வேலி உடைத்து
கவிதைக் கரமொன்று
தமிழ் ஏரைப் பதித்தது இங்கு !
இருந்தாலும் -
இரண்டும் ஒன்றல்ல;
நீ சந்தித்த சவால்களின் முன்
அவர்தம் சரித்திரம் எல்லாம்
சவலைப் பிள்ளைகளே !
ஒப்பாரும், மிக்காரும் இல்லா உனக்கு நிகர்
நீ மட்டுமே !

ஒரு கோடிப் பேரின் உயிர்காக்கும்
இலவசக் காப்பீட்டுத் திட்டத்தை
முன்னோடியாய் அறிவித்த
ஒப்பற்ற தமிழ் மருந்தே ! என் தலைவா !
உன் பெயர் சொல்லி உயிர்த்திருக்கும்
என் போன்ற இளைய கவிக்கு
உயிர் காக்கும் காப்பீடாய்
உன் ஒரே ஒரு உவமை தா
பிழைத்திருப்பேன்!

31

காலடிபட்ட மண்ணும் கவிபடிக்கும்
– கவிஞர் பிறைசூடன்

சொற்கேட்டால் காதினிக்கும் கலைஞர் என்றோர்
    சொல்லுக்குள் தமிழ் மணக்கும் சுவையிருக்கும்
கற்கண்டு கண்டது போல் இனிக்கும் நெஞ்சில்
    கவின் தமிழாய் அவர் குரலோ எதிரொலிக்கும்
நற்றமிழில் கலையாத ஆட்சி செய்யும் அந்த
    நாயகனின் மொழி ஈர்க்கும் வளமும் சேர்க்கும்
மற்றொருவர் உமைப்போல பிறப்பதுண்டோ
    மாண்பகலா உமக்கீடு மண்ணில் உண்டோ

அஞ்சுகத்தாய் மணிவயிற்றில் பிறந்து வந்தாய்
    அளக்க வொரு கருவியிலா அளவு கொண்டாய்
தஞ்சமென வடமொழியில் கிடந்த போது
    தனித்தமிழின் நறுஞ்சுளையைப் பிழிந்து தந்தாய்
சிங்கமெனச் சீறும் உன் எழுத்தைக்கற்றே
    சின்னப் புத்திக் காரனெல்லாம் புலவன் ஆனான்
அங்குமிங்கும் அசையா உன் தமிழர் சேவை
    அண்டியின்று வாழுவதே தமிழன் தேவை

வெண்ணிலாவில் கூடச் சிலர் மாசு சொல்லுவார்
    உன்தமிழில் மாசு சொல்ல எதிரியில்லை
விண்ணமுதில் கூட சிலர் குறையைச் சொல்லுவார்
    சொல்லமுதில் ஈடு இணை எதுவுமில்லை
வள்ளுவரின் கோட்டமதோ அழகின் எல்லை
    வந்த பின்பு வணங்காத மனிதரில்லை
வெள்ளை மனப் புன்சிரிப்புப் பூக்கும் முல்லை
    வெல்லயிங்கு பிறந்தவர்கள் எவருமில்லை

நீரினின்று குளுமைதன்னைப் பிரித்தல் ஏது?
நெருப்பினின்று வெம்மைதன்னைப் பிரித்தல் ஏது?
பாரினின்று மண்ணதனைப் பிரித்தல் ஏது?
பைந்தமிழை உன்னைவிட்டுப் பிரித்தல் ஏது?
ஆறினின்று நீரதுவும் பிரிந்தே போனால்
ஆறென்ற பேருண்டோ - தமிழை விட்டுப்
பாரினில் நீ பிரித்தல் தான் என்பதேது?
தலைவ னின்றித் தமிழ்நாட்டில் வாழ்க்கை ஏது?

குறளோவியம் படித்த பின்தான் குறளா சானும்
தன் பெருமை தான் உணர்ந்து நிமிர்ந்து நின்றான்
பராசக்தி பார்த்த பின்தான் தமிழன் என்பான்
கூன் திருத்திக் கண் நிமிர்த்தி உயர்ந்து நின்றான்
நரையறியா உன் எழுத்தைப் பார்த்தபின்தான்
கலைமகளும் நிரந்தரமாய் உன்னைச் சேர்ந்தாள்
கரையறியா உன் உழைப்பைப் பார்த்த பின்தான்
கலையுலகோர் உனக்கென்றும் தொண்டன் ஆனார்

கலைவாழ்வில் பொன்விழாவைக் கடந்த உந்தன்
காலடியில் பட்ட மண்ணும் கவி படிக்கும்
மலையொத்த உன் புகழைச் சொன்னால் போதும்
மடை திறந்த வெள்ளம் போல் கலைபிறக்கும்
விலையில்லா உன் பெருமை என்றும் மின்னி
விளக்கெனவே தமிழ்த்திரையில் வழியும் காட்டும்
அலை நிற்கும் காலம் வரை கலைஞர் பேரோ
அகலாது கலையுலகில் ஆட்சி ஏற்கும்

❖

32
நூற்றாண்டுகளை இணைத்த வரலாற்றுப் பாலம்

– பழனி பாரதி

ஓய்வதில்லை
கடல்...
ஓய்வதில்லை
காற்று...
ஓய்வதில்லை
கலைஞர்...

இரண்டு நூற்றாண்டுகளை இணைத்த
வரலாற்றுப் பாலமாக
நிமிர்ந்தபடி நிற்கிறார்

ஆரியமாயைப் பரப்பெங்கும்
சாம்பல் படர
திராவிட எரிமலையாகக்
கனன்றுகொண்டே இருக்கிறார்

சமூகநீதிச் செங்களத்தின் கூர்வாளாகச்
சுழன்றுகொண்டே இருக்கிறார்

பிறப்பொக்கும் எல்லா உயிர்க்கும்
வள்ளுவ மை தொட்டு
எழுதிக்கொண்டே இருக்கிறார்

இடி மின்னல் மழைக்குரலில்
முழங்கிக்கொண்டே இருக்கிறார்

பெரியாரின் ஆழத்தில்
அண்ணாவின் உயரத்தில்
அடுத்தடுத்த அலைகளாய்
எழுந்துகொண்டே இருக்கிறார்

ஓய்வதில்லை
கடல்...
ஓய்வதில்லை
காற்று...
ஓய்வதில்லை
கலைஞர்...

33
சூரியனைச் சாப்பிட்ட குழந்தை
– நா.முத்துக்குமார்

எல்லாக் குழந்தைக்கும்
நிலாவைக் காட்டித்தான்
சோறூட்டுவார்கள்
திருக்குவளையில் மட்டும்
ஒரு குழந்தைக்குச்
சூரியனைக் காட்டிச்
சோறூட்டினார்கள்!

அந்தக் குழந்தை
சோறு சாப்பிடவில்லை!
சூரியனையே சாப்பிட்டது!

அந்த நெருப்பு படைப்பானது!
நெருப்பை எப்படிப்
பொட்டலம் கட்ட முடியும்?

கலைஞரின் எழுதுகோல்
தலை குனிந்த போதெல்லாம்
தமிழன் தலை நிமிர்ந்தான்.

கி.மு – கி.பி என்பது போல்
தமிழ்த் திரைப்பட வசனங்களையும்
இரண்டாகப் பிரிக்கலாம்.

ப.மு – ப.பி!
பராசக்தி முன்பு!
பராசக்தி பின்பு!

தென்றலிடம் தாள் வாங்கி,
புயலிடம் பேனா வாங்கி,
எரிமலையை எழுத்தில் வடிக்கும்
செப்படி வித்தை
எப்படி நடந்தது?

எல்லோரும் தமிழை
'அ…னா 'ஆ…வன்னாவிலிருந்து
கற்றுக் கொள்ள ஆரம்பிப்பார்கள்.

நாங்கள்
'ப'னா 'ம'னாவிலிருந்து
கற்றுக் கொள்ள ஆரம்பித்தோம்!
ஆம்!
'பராசக்தி'
'மனோகரா'
வசனங்களில் இருந்து…!

❖

34
பூமியைப் புதைத்து விட்டோம்!
– கபிலன்

தஞ்சாவூர் சிலைநகரைத்
தலைநகராய்க் கொண்டவனே

அஞ்சுகத்தாய் அடிவயிற்றில்
கொடிமரமாய் இருந்தவனே

திருக்குவளை மண்மீது
திருக்குறளாய்ப் பிறந்தவனே

சூல் கொண்ட பூவுக்குள்
சூரியனாய் வளர்ந்தவனே

முந்நூறு நாள்சுமந்து
முப்பாலைப் பாலூட்டி

புறம்படுக்க வைக்காமல்
புறப்பாட்டால் தாலாட்டி

ஈவெரா பேரனுக்கு
ஆராரோ பாடவைத்து

அஞ்சுகத்தாய் மடிமீது
அரிச்சுவடாய்த் தூங்கவைத்தாய்

தஞ்சைக் காவேரியில் பிறந்தநதி
சென்னைக் காவேரியில் முடிந்ததம்மா

மன்னாதி மன்னனுக்கு
மரணத்திலும் தமிழ்மணக்க

பூவாசம் மேனியெங்கும்
புத்தகமாய் விரிந்திருக்க

வெண்ணிலவை நெசவுசெய்து
வேட்டி சட்டை அணிந்திருக்க

கறுப்பு சிவப்புக் கரையிரண்டும்
கால்நகத்தின் கண்துடைக்க

ஆனாலும் அவன் இதயம்
பேனாவைச் சுமந்திருக்க

கண்மூடும் கண்ணிரண்டைக்
கண்ணாடி மறைத்திருக்க

கோபாலபுரத்திலன்று
பூபாளம் ஒலிக்கவில்லை

ஆகாய விண்மீன்கள்
அதிகாலை மறையவில்லை

அன்றுபிறந்த குழந்தைகூட
அவனுக்காய் அழுததம்மா

வங்கக்கடல் சூரியனோ
வருத்தமாய் உதித்ததம்மா

மீனழுத கண்ணீரால்
கடல் நீரே கர்ப்பமாச்சு

பட்டினத்தார் பாட்டு ஒண்ணு
பல்லவிக்குப் பதிகமாச்சு

அனைத்துச் சாதி பறவைக்கும்
ஆலமரம் நீதானே

அரசியல் புத்தகத்தின்
அட்டைப்படம் நீதானே

வசனத்தால் பலபேரை
வளர்த்தவன் நீதானே

உன்
பேனாவின் முள்ளுக்கும்
பேரறிஞர் சொல்லுக்கும்

ஒற்றுமை ஒன்று என
ஊரே சொல்லுதய்யா

வீட்டிலிருந்து வாசல்வரை
வீறுநடை கொண்டவனே

கழகப் பரம்பரைக்குக்
கைகுலுக்கிச் சென்றவனே

அரசாங்கப் பல்லக்கில்
அணிவகுத்துச் செல்கையிலே

தெருவோரம் இருபுறமும்
தேங்கிநின்ற மக்களுக்கு

முத்தமிழர் ஊர்வலத்தால்
முகமெல்லாம் ஈரமாச்சு

இருக்கின்ற ஓர் இதயம்
இமயமலை பாரமாச்சு

தனியொருவன் உனைமட்டும்
தமிழ்நாடே வழியனுப்ப

வள்ளுவர் கோட்டத்தில்
வள்ளுவனும் கண்கலங்க

தொல்காப்பியப் பூங்காவே
மலர்வளையம் ஆகிவிட

ராஜாஜி படிக்கட்டில்
கொடிகட்டிப் படுத்திருக்க

சுற்றங்களின் கண்ணீரில்
சூரியனே நனைந்ததய்யா

ஆத்தாவின் பிள்ளையெல்லாம்
தாத்தாவெனத் தவித்ததய்யா

பட்டிதொட்டி முழுவதுமே
பசிமறந்த துயரமாச்சு

கிட்டத்தட்டப் பூமாலை
தொட்டபெட்டா உயரமாச்சு

அண்ணாவில் தொடங்கி
அண்ணாவில் முடிந்த

தென்னாட்டுத் தலைவனைத்
தெரியாத உலகமில்லை

கடைசியாய் ஒரு தலைவன்
கண்மூடிப்போனதனால்

காகித ஓடமொன்று
கண்ணீரில் மிதந்ததய்யா

குண்டுகள் வான்முழங்க
குலத்தலைவன் தலைபுதைந்தான்

யார் இறந்தாலும்
பூமியில் புதைப்பார்கள்
நாம்
ஒரு பூமியையே புதைத்துவிட்டோம்

35

திராவிட ரசவாதம்

– பா.விஜய்

கலைஞர் என்பது யாதெனின்
நூற்றாண்டுகளை அளந்த
நாத்திக வாமனன்

எழுத்தால் – தமிழ்த்தாயின்
கழுத்தை நிமிர்த்திய பேனா

ஆதிபராசக்தி அல்ல -
ஆண் பராசக்தி

இந்தி என்னும்
எலுமிச்சை மீது
ஏறி நின்ற ஆரூர்த் தேர்!

கவிதை உலகின்
கடைசி நம்பிக்கை

சக்கர நாற்காலியில் வந்த
சமூக நீதி!

ஆரியத்தை வீழ்த்திய
அக்கினிப் பறவை!

வர்ணாசிரமம் நீக்கிய
அண்ணாசிரமம்

வடக்கிற்கும் தெற்கிற்கும்
இடையில் நின்ற
இரும்புத்திரை

சுரணைத் தமிழனின்
சுயமரியாதைக் குறியீடு!

எம்மாசனத்திலும் – கம்பீர
சிம்மாசனம்

பகைச்சுவையையும்
ருசித்த நகைச்சுவை!

திரைப்படச் சுருளுக்குள்
தீயின்மொழியைப் பதிவிறக்கிய
நுண்பொருள் மிகு மென்பொருள்

அடித்தட்டு மனிதனின்
அசுரப் பாய்ச்சல்

சாத்திரக் கொழுப்பின்மேல்
சூத்திர இனம் தொடுத்த
ஆத்திரச் சாட்டை

சூடு வற்றிய இனத்துக்கு
சுடச்சுடத் தமிழ் செய்த
சூரியக் கொப்பரை

பெரியாரின் பெருங்கோபம் – அவர்
பேரறிஞனின் சுயரூபம்!
திரைவளர்த்த பிடிவாதம் – அவர்
திராவிட ரசவாதம்!

❖

36

வலிநீக்கும் நிவாரணம் நீ
– சொற்கோ கருணாநிதி

பன்முக ஆற்றலுக்குப் பலர்பாடும்
உதாரணம் நீ
வன்துயர் துன்பம் நீக்க
வலிநீக்கும் நிவாரணம் நீ

உட்கார்ந்து கொண்டே இந்த
உலகத்தை வென்றவன் நீ
மக்கட்காய் இலை நசுக்கும்
மருத்துவம் சொல்பவன் நீ

கக்கத்துத் துண்டெடுத்துக்
கழுத்திலே போட்டவன் நீ
சிக்குண்ட நூலில் வீழ்ந்த
சகத்தையே மீட்டவன் நீ

ஈரோட்டுப் பெரியாரின்
ஊன்றுகோல் நீ
எம்மொழியும் பாராட்டும்
மூன்றுபால் நீ

ஏரோட்டும் முனை எழுதும்
எழுத்தெல்லாம் நீ
இசை மீட்டும் தமிழன்னை
நரம்பெல்லாம் நீ

நீரோட்ட அண்ணாவின்
மொழிப் பேச்சும்நீ
நெருப்பேற்றும் பாவேந்தர்
விழி வீச்சும் நீ

போராட்டக் களம் நடுங்கும்
போர்ச்சிங்கம் நீ
பொதுத் தேர்தல் வெற்றிக்குத்
தலை அங்கம் நீ

★

முன்னோடி நம் வெண்தாடி
முன்னாடி வந்ததைப் போல்
கண்ணாடிக் கருஞ்சட்டை தான்
கனவினை எல்லாம் செய்தாய்

இன்னொரு வானம் உண்டா?
இயல் தொட்டு எல்லாம் கற்ற
மன்னவன் கால் பதிக்கா மண் உண்டா?

மஞ்சள் வெள்ளை மின்னிடும்
அட்டை போட்ட மேலான நன்னூல் உண்டா?
தன்னையும் வீடும் தந்த
தலைவர் போல் உலகில் உண்டா?

இனம் மீட்டு மொழியை மீட்டு
இம்மக்கள் உரிமை மீட்டு
தினம் தீட்டும் எழுத்தும் தொண்டும்
திருநாட்டை உயர்த்திக்காட்டும்

நினைவூட்டும் செயல்கள் யாவும்
நிலா கதிர் வானைக் காட்டும்
தனிப்பெரும் மண் முன்னேற்றம்
தந்ததை வான் பாராட்டும்!

❖

37

வானமான ஞானத் தகப்பன்
– கவிஞர் விவேகா

கலைஞர்

குளக்கரையில் உதித்து
கடற்கரையில் உறங்கும்
சூரியன்

மூக்குக் கண்ணாடி அணிந்த
முத்தமிழ்

செங்கோல் ஆன
எழுதுகோல்

முத்துக்குள் இருந்து
பெற்ற கடல்

ஒரு நூற்றாண்டின்
தலைப்புச் செய்தி
✫
ஏகாதிபத்தியத்தின்
கொப்பரை நெய்யை எடுத்து
ஏழைக் குடிசைகளில்
விளக்கேற்றிய மாமகன்

துரோகிகள் சூழ் உலகின்
தந்திரம் வீழ்த்தி
ஐந்து முறை அரியணைகண்ட
'சமூக நீதிச் சோழன்'

ஓர் இனத்துக்கே
வானமான ஞானச் சூரியன்
✫

வீணர்களை
விரட்டியடிக்கும்
விசைத்தமிழும்
பகைவரை
ஒட்டிக் கொள்ளும்
பசைத்தமிழும்
கொண்ட நாவரசன்

ஈரோட்டின்
எரியீட்டியை எங்கு வீச வேண்டும்?

காஞ்சிபுரத்தின்
கனிவைக் காட்ட வேண்டியது எங்கே?

அணுவணுவாய் அறிந்த
அரசியல் விஞ்ஞானி
✫

துயில் கொண்ட
நம்
கிழக்கை எழுப்பியவன்
துயர் கொண்ட
நம்
வாழ்வைத் திருத்தியவன்
✫

இரண்டாயிரம்
ஆண்டு இருட்டைத்
தேடிக் கழுவிய
திராவிட வீரன்

இலக்கியத்தின்
சாத்தியங்களிலெல்லாம்
இனமானம் விதைத்த
லட்சியக்காரன்
✻
'கருணாநிதி'
ஒரு பெயரல்ல
பெருமை

'கலைஞர்'
ஒரு சொல்லல்ல
கொள்கை

38

மனிதர் என்பவர் கலைஞர் ஆகலாம்

– கபிலன் வைரமுத்து

எத்தனை துளிகளைக் கடக்கும்போது
தூறல் என்பது மழை?

எத்தனை கீற்றுகள் தெளிந்து முடிந்ததும்
பின்னிரவு என்பது விடியல்?

எத்தனை பற்கள் முளைத்து வந்ததும்
சத்தம் என்பது மொழி?

எத்தனை இதழ்கள் திறந்துகொண்டதும்
மொட்டு என்பது மலர்?

எத்தனை இதயங்கள் நிமிர்ந்து நின்றதும்
புலம்பல் என்பது புரட்சி?

எத்தனை கரைகளைக் கடக்கும்போது
பிண்டம் என்பது பிறவி?

எத்தனை அறிவைப் பகுத்து உணர்ந்ததும்
மானுடம் என்பது திராவிடம்?

எத்தனை ஏழைக்கு ஏற்றம் தந்ததும்
மனிதர் என்பவர் கலைஞர்?

❖

39

கோழி எழக் கூவினாய்
– ஏகாதசி

உனக்குச் சாய்வு நாற்காலி
கொடுத்திருந்தார்கள் நீயோ
நேர் கவிதை எழுதிக் கொண்டிருந்தாய்

உனக்கு ஓய்வறை ஒன்று
கொடுத்திருந்தார்கள் நீயோ
எழுச்சி உரை இடித்துக் கொண்டிருந்தாய்

கோழி கூவி ஊரை எழுப்பும்
நீயோ கோழி எழக் கூவினாய்

நீ கை விரித்தால் சூரியக் கதிர் விரல்கள்
உன் சொல்லெல்லாம் சுத்தத் தமிழ்ப் பரல்கள்

நீ விளம்பர இடைவெளியின்றி
வேலை செய்தாய்
தமிழன் தன் நெஞ்சில் உனைத்
தாழிட்டுக் கொண்டான்

இரண்டிற்காக கை குவிப்பாய்
ஒன்று கொடுக்க
இன்னொன்று மக்களைக் கும்பிட

கை விடும் பழக்கம் உன்
கருவிலுமில்லை
பொய் விடும் பழக்கம் உன்
பிறப்பிலுமில்லை

நீ நெருப்பூற்றி எழுதினாய்
காகிதம் தாங்காமல் கல்வெட்டானது
நீ வனைந்த எழுத்துக்களுக்கு
வானம் பெயர் வைத்தது வானம் என்று

40

சூரிய சக்தி
– நெல்லை ஜெயந்தா

◈ கலைஞர்!
   முதல்வர்களில்
   கவிஞர்!
   கவிஞர்களில்
   முதல்வர்!

◈ தமிழ்
   கிடைத்த பொழுது
   அதிகாரங்களை பாடினான்
   வள்ளுவன்!
   அதிகாரம்
   கிடைத்த போதெல்லாம்
   தமிழைப் பாடினார்
   கலைஞர்!

◈ மீளவே முடியாது
   கலைஞரின்
   மேடைப் பேச்சிலிருந்து
   காரணம் -
   கலைஞருக்கிருந்தது
   குரல் 'வலை'

◈ நமக்கு
நாவைச் சுற்றிப்
பற்கள்!
கலைஞருக்குத்தான்
சொற்கள்!

தமிழுக்காக
இருப்புப் பாதையில்
தன் தலையை வைத்தார் !
விளைவு -
கலைஞரின் எழுத்துப் பாதையில்
தமிழ்
தன்னையே வைத்தது!

◈ கலைஞரின் கால்கள்
கடிகார முட்கள்!
சுற்றிச் சுற்றி வந்தன
சூரிய சக்தியில்

◈ உதடுகளால்
பேசிக் கொண்டிருந்த
தமிழ் சினிமாவின் முகத்தில்
நாக்குகளை வரைந்தவர் இவர்!

◈ கடலுக்குள்
முத்திருக்கும்!
கலைஞரோ
முத்துக்குள்
இருந்த கடல்!

❖

41

உயிர்த்தெழுந்தவன் நீ
– அருண்பாரதி

உதிக்கும் சூரியனை
உறங்காமல் எழுப்பும்
சேவல் நீ

ஆரியத்தை அடியோடு விரட்ட
இடியாக இறங்கிய
திராவிட மாடல் நீ

குனிந்து நின்றவனை
கூகுளில் தேடவைத்த
முதல்வன் நீ

கோட்டான்களைத் துரத்தி
கோட்டைக்குள் நுழைந்த
கொற்றவன் நீ

முகநூல் வருவதற்கு முன்பே
உடன்பிறப்புகளை ஒன்றாய் இணைத்த
முரசொலி நீ

ரணங்களையே
ஆபரணங்களாய் மாற்றிய
அதகளன் நீ

மூன்றடியால் உலகளந்த வாமனன்போல்
முத்தமிழால் இதயம்அளந்த
நூற்றாண்டு அதிசயம் நீ

காவிரியில் தொடங்கிக்
காவிரியில் அடங்கிய
கரிகாலன் நீ

வேலுக்கு பிறந்ததாலோ என்னவோ
கடைசிமூச்சு வரை போராடிய
கலிங்கத்துப் பரணி நீ

ஊர்வலி யாவும் உடையாய் அணிந்து
வரலாற்றின் பிழையை அழித்து

இறுதியாய்....
மரணத்தை முத்தமிட்ட பிறகும்
முத்துவேல் கருணாநிதி ஸ்டாலினாய்
உயிர்த்தெழுந்தவன் நீ

42

விரும்பிப் படிக்கும் பெயர்
– தமிழமுதன்

தாய்மொழியை
மூன்றெழுத்தில் சொல்வதென்றால்
தமிழ் எனலாம்

நான்கெழுத்து தமிழ்
கலைஞர்

உன் கரகரப்புக் குரல்தான்
தமிழ்நாட்டுத் தொண்டையின்
கரகரப்பைப் போக்கியது

தமிழை
விரும்பிப் படிப்பவர்கள்
இருக்கிறார்கள்:
தமிழே
விரும்பிப் படிக்கும் பெயர்
கலைஞர்

கோட்டையை
விரும்புபவர்கள்
இருக்கிறார்கள்
கோட்டையே விரும்பும் பெயர்
கலைஞர்

உன் தரை தழுவிய துண்டு - ஆரியக்
கறை கழுவியதுண்டு

உன் பேனா முள்
தமிழ்த்தாயின் காலில் குத்திய
இந்தி எனும் இண்டமுள்ளை
எடுத்து வீசியது

நட்சத்திரங்களின்
மினுக்கல் உதடுகளால்
ஊதி அணைக்க முடியாத சூரியன்

கையெழுத்துப் பிரதி தொடங்கித்
தமிழ்நாட்டின்
தலையெழுத்தை மாற்றியவர்

காயங்களால்
நியாயங்களை
உருவாக்கியவர்

பெரியாரின்
கட்டைவிரல்

அண்ணாவின்
சுட்டுவிரல்

மேல் கோடு
கீழ்க்கோடு
வறுமைக் கோடு
இவற்றை அழித்தது
உன் உச்சந்தலை
நடு வகிடு

இரண்டு கால் கொண்ட
ஆயிரங்கால் மண்டபம்

எந்தத் தலைவர்
முளைத்தாலும்
சூரிய ஒளியின்றி
வளர முடியாது

நீ அருகம்புல்
உன் சாறு குடித்தால் தான்
அரசியல் அஜீரணம்
குணமாகும்

நீ
அரியணை ஏறிய பிறகுதான்
அரிசனனும்
அர்ச்சகராக முடிந்தது

43

திராவிடக் கொடிமரம்

– இளையகம்பன்

அடிமைக் கயிற்றை எழுத்தால் அறுத்தவர்
ஆரியத் திமிரின் இடுப்பை முறித்தவர்
மடமை இருட்டை
மடையரின் திருட்டை
தீப்பந்தமாகி எரித்தவர் - அவர்
திராவிடச் சூரியனாய்ச் சிரித்தவர்!

கொள்கை ஆயுதம் வடித்த வல்லவர்
கூலிங்கிளாஸ் அணிந்த இரண்டாம் வள்ளுவர்
பாரத தேசம்
பார்த்து வியந்த
பைந்தமிழ் நாட்டின் நல்லவர் – தமிழ்ப்
பரிதிமாற் கலைஞரின் சொல்லவர்!

பகுத்து அறிந்த பெரியார் படித்தவர்
பஞ்சாங்கக் குடுமியின் பிடரியில் அடித்தவர்
வகுத்து வைத்த
வந்தேறி மநுவை
நார் நாராகக் கிழித்தவர் – தமிழ்
நாடு நலம்பெற உழைத்தவர்!

பேதம் என்கிற பிழையை உடைத்தவர்
பெண்ணுக்குச் சொத்தில் உரிமை கொடுத்தவர்
    சாதியை ஒழித்து
    சமூகம் காக்கும்
    சாதனைப் பிறப்பாய் வந்தவர் - நமக்கு
    சமத்துவ புரங்கள் தந்தவர்!

தமிழின் வேருக்குத் தலைவர் அடியுரம்
தழும்புகள் ஏறிய திராவிடக் கொடிமரம்
    கடமை ஆற்றிக்
    காலத்தை வென்ற
    காஞ்சி அண்ணனின் மறுவரம் - அது
    கைரிக்சா ஒழித்த திருக்கரம்!

தங்கச் சூரியனே சஞ்சலம் தீர்க்கவா
தடுமாறும் எம்மைத் தாய்போல் காக்கவா
    தன்மானக் குரலைத்
    தரணியில் எழுப்பத்
    தலைவா மீண்டும் பிறந்துவா – இந்தத்
    தமிழினம் வாழ எழுந்துவா!

44

செயல் மகரந்தம்
–கலாப்ரியா

முத்தொள்ளாயிரம் பாடத்தகும்
கீர்த்தியுள்ள முத்தமிழறிஞருக்கு
மூவெட்டு வரிகளில்
முகவுரை மட்டுந்தானே சாத்தியம் என்றாலும்
உரிச்சொல் தேவைப்படாத
உயிர்ச்சொல்லன்றோ கலைஞர்
இரண்டடிக் குறள் போதுமேயவர்
இசையனைத்தும் உள்ளடக்க

கலைஞர் நடந்து நடந்து சமைந்த
கவித்தடமே ஒரு ராஜபாட்டை – அதில்
பாயிரம் தொடரும் காவியமெனப் பலருண்டு
திரண்டெழுந்து என்போல் பல்லாண்டு பாட
ஆசையினை அடக்கிக் கொள்கிறேன்
ஊரார் அனைவரும் கூடி
உற்சவத்தேரிழுப்பதொரு சுகமன்றோ
அந்தத் திருவாரூர்த் தேருக்குமேயது
பெருமை தானன்றோ?

தனிமரம் தோப்பாகாது என்பார்கள்
இங்கே தனியொருமனிதர்,
சினிமாக் கதை வசனங்களில்
பாடல்களில் கட்டுரைகளில்
சீரிய அரசியல் மேடைப் பேச்சுக்களில்
செந்தமிழ்க் கவியரங்கில்
சூரியனென நாளும் பல
பகுத்தறிவுக் கருத்துகளை
ஒளிப்பச்சையமாய் இலைகட்கு ஊட்டி
கனியும் மருந்தும் தரும் வனமானார்
யாவர்க்கும் கல்வி யாரும் அர்ச்சகர் எனும்
வேர்ப்பலா விளைத்து
யாவரையும் சமூகநீதியெனும்
நிழற்கண் ஒருங்கிணைத்தார்

ஓயாது பொதுப்பணி புரிந்த - அந்த
அந்திகளற்ற ஆதவன்
ஓய்வெடுக்கப் போய் விட்டாரா
இல்லையில்லை
உதய சூரியனுக்கேது ஓய்வு
ஊன்றிய விதைக்கேது ஒளிவு
உயிரினும் மேலான உடன்பிறப்புகளின்
சிந்தனைப் பூக்களில்
செயல் மகரந்தமதை
அயல் மகரந்தமாய்ச் சேர்த்துப்
புதிய திராவிடமாதிரிகளைச்
சூலுறச் செய்து கொண்டேயிருப்பார்
நாம் செயல் மறந்து
வாழ்த்திக் கொண்டேயிருப்போம்.

45

அழிவற்ற சொல்
– மனுஷ்ய புத்திரன்

ஆயிரம் ஆயிரம் குரல்கள்
கேட்டவண்ணம் இருக்கின்றன
அனைத்தையும் மீறி
தலைவா
உன் மௌனத்தின் குரல்தான்
எல்லாவற்றையும் விட
உரத்து ஒலிக்கிறது

எங்கெங்கும் வெற்று இரைச்சல்களால்
நிரம்பியிருக்கிறது
இந்தக் காலம்

தலைவா
உன் மௌனத்தின் அறைகூவலால்
இந்த நிலம்
ஆர்ப்பரித்து எழுகிறது

ஜனநாயகத்திற்கான போரில்
நீ சிம்மாசனங்களை
உதறத் தயங்கியதில்லை
இருண்டகாலத்தின்
பேய்க்குரல்கள் முன்
உன் நெஞ்சுரம் தணிந்ததில்லை

தலைவா
உன் குரல் இன்று மௌனமாக
இருக்கிறது
உன் தளபதியின் கைகளில்
உன் உரிமைப் பதாகைகள்
எங்கெங்கும் உயர்கின்றன
நீ மூட்டிய கனல்
எம் நெஞ்சங்களில் எழுகிறது

உரிமைக்கான உனது குரலை
இன்று இந்த தேசத்தின்
எல்லா திசைகளும்
எதிரொலிக்கிறது

உன் காலம் வெல்லும்
எங்கும் செல்லும்
உன் அழிவற்ற சொல்

46

நேசத்தின் நறுமணம்
- சல்மா

வெளிச்சம் வீசி விரியும்
கிழக்கின் அடையாளமாய்
நெடுஞ்சாலையில் திசைதப்பித் திரியும்
காற்றின் ஆற்றலாய்
எங்களது ஆன்மாவின் தொடு உணர்ச்சியாய்
ஒரு பிறப்பு

ஒளியைக் கண்டடைந்த உலகம்
புரண்டு எழுவது போல
உன் பிறப்பில் எழுந்து நடந்தது இந்நிலம்

மனிதத்தை வசப்படுத்திய சுவாசம்
உறங்காத பேனாவில்
எப்போதும்
விழித்திருந்த சமூகநீதி
கதியற்ற மனிதர்களது உள்ளங்களில் நிரம்பி நீளும்
முடிவற்ற பிரார்த்தனை
என
முடிவுறாத சாதனைகளின்
பெரும் விசித்திரம்
நீ

நேசிப்பே
பிறப்பின் பயனென அர்த்தப்படுத்திய மனிதம்

நீளும் வாழ்வில்
மீறும் உணர்வுகளில்
அன்றாட வாழ்வின்
சின்னஞ்சிறு நிகழ்வுகளில்
கடக்கவியலாது
மீண்டெழும் உன் நினைவுகள்

இருட்டுக்கு நிழலில்லை*
என்பது போல
நீ மௌனித்து விட்டதான
தோற்றத்தைக் களைய
நீண்ட இரவுகளில் விழித்திருக்கும்
நிலவினால் இயலவில்லை .
அது சோர்வுற்றுப் பின்நகர்கிறது

உன் நேசத்தின் நறுமணம்
எல்லையில்லாத
இப்பிரபஞ்சத்தின் மீது மிகப்
பிரகாசமாய் கவிந்திருக்கும்
அது
வாழும் காலம் வரை..

---

* கறுப்பினப் படைப்பாளி லாங்ஸ்டன் ஹ்யூக்சின் வரி.

47

தானாகி நின்ற தமிழன்
– பா. தேவேந்திரபூபதி

கருதுகோள்களைச் சுட்டெரித்த
உதய சூரியன் நீ
உன் கிரணங்களால் பிரகாசித்தது தமிழினம்

உன் தலை கொய்ய முடியாமல்
பாதம் தொட்ட பகைவர்களை
இந்த அகிலம் அறியும்

இலக்கியத்திற்கொரு தலை
திரைப்படத்திற்கென ஒன்று
அரசியலுக்கும் அரசாட்சிக்குமென வெவ்வேறு

தம்பிக்குக் கடிதம் எழுதும் அண்ணனின் முகம்
அண்ணனுக்குத் தம்பியாய்
எப்போதும் கட்டளை முடிக்க ஒன்று.

எண்ணிக்கைகளைத் தோற்கடிக்கும்
முடிவிலி நீ
எதனைத் தொட்டாலும்
தொட முடியாத உயரத்தின் நீட்சி

நீ நடந்த வழியெல்லாம்
விரிந்த தமிழை உலகே அறியும்

ஓவியம் வரைந்தால் உனக்குப் பத்துத் தலை
ஆனாலும்
உன் தொண்டனுக்கு நீதான் தந்தாய் ஆறுதலை

கணக்குகளைப் பொய்ப்பித்த
நவீனத் தொல்காப்பியன்

எழுத்தாணி முதல் கணிப்பொறிவரை
உன் விரல்பட்ட இடத்திலெல்லாம்
கிளை விட்டது தமிழ்
தழைத்து எழுந்தது தமிழினம்

எத்தனையோ பேதங்கள்
ஆனாலும் நீ என்றால்
எழுந்து நிற்கும் தமிழ்ப்படையாவும்

நூற்றாண்டு கடந்தாலும்
நீதான் தமிழின் அடையாளம்

பெரியார் விதை
அண்ணா மரம்
தமிழின் மணம் பரப்பும் நீதான்
அதன் வரம்

உன் பெயராலே எழுச்சிபெறும்
விழுதுகளின் காலம்
இனி புதியதாய்ப் பிறக்கப்போவது
திராவிட ஞாலம்.

48

சித்திரத்தின் கண்கள்
– அ.வெண்ணிலா

என் அப்பாவின் பரணில்
தூசியேறிய சித்திரமொன்று கிடந்தது

வண்ணங்கள் மங்கிய சித்திரத்தில்
இருப்பது யாரென்று
அப்பா இதுவரை சிந்தித்ததில்லை என்றார்

கருமேகமும் இடியும் மின்னலும்
ஊரைச் சுற்றி வளைத்திருந்த நாளின்
இருள் கவிழ் அந்தியில்
பரணில் இருந்து கீழிறக்கினோம் சித்திரத்தை

அப்பாவின் கிழிந்த கறுப்பு சிவப்பு வேட்டியினால்
சித்திரத்தைத் துடைக்க துடைக்க
அதன் நூலாம்படைகள் வளர்ந்தன

சித்திரத்தின் காதோரம் நூலாம்படை விலகிய கணத்தில்,
"உன் பாட்டன் காதிது" என்றார்

நூலாம்படை முன்நெற்றியில் விலக,
"இல்லை இல்லை,
என் முப்பாட்டியின் சுருள் முடி தெரிகிறது" என்றார்

சித்திரத்தின் விலகாத நூலாம்படைகள் அச்சுறுத்த
ஏதேச்சையாய் விழியிரண்டின்
நூலாம்படை அகற்றிய என்னைத்
தீர்க்கமாய்ப் பார்த்தன

செவ்வரியோடிய இருவிழியின் உயிர்ப்பில் அலறினேன்.
பயம் தணித்த அப்பா,
சித்திரத்தின் ஈரம் ததும்பிய விழிகளைப் பார்த்தார்

விழிகள் மூடித் திறந்ததில்
மாயம் கூடிய சித்திரத்தின் விழி
அப்பாவின் விழிபோலானது

பழுதடைந்த சித்திரத்தைப்
பதற்றமேதுமின்றி அப்பா -
விநாயகர் சிலை செய்யும்
ஆலமரத்தடிக் குயவனைப்போல்
ஒவ்வொரு இடமாய் பார்த்துப் பார்த்து
அதன் புராண தூசியைத் துடைத்து முடித்து,
விழியிரண்டில்
கறுப்பு சிவப்புக் குன்றிமணியைப் பொருத்தினார்.

குன்றிமணியின் கருமை அசைந்தபோது
சித்திரத்தின் விழித்திரைக்குள் ஒளிர்ந்தது
முப்பாட்டனைப் போலிருந்த புத்தனின் பிம்பம்

குன்றிமணியின் சிவப்பு அசைந்தபோது
புத்தனின் விழித்திரைக்குள் தெரிந்தது
என் பாட்டன் பெரியாரின் பிம்பம்

வலஇடமாகத் திருப்பினேன்
பெரியாரின் விழித்திரைக்குள் தெரிந்தது
என் தாத்தன் அண்ணாவின் பிம்பம்

இடவலமாகக் கொஞ்சம் இடமாற்றினால்
அண்ணாவின் விழித்திரைக்குள் தெரிந்தது
ஞானத் தகப்பன் கலைஞரின் பிம்பம்

கீழ்மேலாக அசைத்துவிட்டு வைத்தால்
கலைஞரின் விழித்திரைக்குள் தெரிந்தன
என் ஆதிப்பாட்டன், முப்பாட்டன்,
பாட்டனின் பிம்பங்கள்...

ஆதிப்பாட்டனின் முகம் தெரிந்த
குன்றிமணியையெடுத்து
என் நெற்றியில் பொருத்தினார் அப்பா

முன்பின்னாகத் திருப்பி
என் முகம் பார்த்த
அப்பாவின் விழிகளைப் பார்த்தேன்
சித்திரத்தின் மாயம் மறைந்திருந்தது

நான்கு தலைமுறைகளின்
நூலாம்படைகள் அகற்றப்பட்ட சித்திரம்
இப்போது எங்களின் நடுக்கூடத்தில்

தனிநபர்களை மாற்றுபவனல்ல
தலைமுறையை மாற்றுபவனே
தலைவன்.

கலைஞர் எங்கள் தலைவர்

49

கவிஞர்களின் வேடந்தாங்கல்

– அருள் வீரப்பன் (அமெரிக்கா)

கரகரப்புக் குரல்கேட்டு
நாளாகிப் போனதே!

செய்தியாளர் சந்திப்பெல்லாம்
நாளும் சிரிப்பின்றி முடிகிறதே!

தலைப்புச் செய்தியெல்லாம்
தலைப்பின்றி வருகிறதே!

கல்தோன்றி மண்தோன்றாக் காலத்தே
வாளொடு முன்தோன்றி மூத்தகுடி
இன்று நீயின்றி அலைகிறதே!

✲

நெல்லறுக்கும் உழவருக்கும்
சொல்லறுக்கும் புலவருக்கும்
பக்கபலமானாய்; நிற்க நிழலானாய்!

முன்னவர்கள் உழவர் சந்தையில்
உளம் மகிழ்ந்து களைப்பாறினர்!

பின்னவர்கள் தொல்காப்பியப்
பூங்காவில் தமிழ் குடித்துத்
தத்தம் இளைப்பாறினர்
✹

அலையையே படகாக்கினாய்!
மலையையே குடையாக்கினாய்!

குரலோடு பிறந்ததும் நீ
விரலோடு வளர்ந்ததும் நீ

ஒலிவாங்கியெல்லாம்
உள்வாங்கிக் கொண்டனவாம்
செய்தியாளர் சந்திப்பில்
உன்பேச்சுக் கேட்காததால்
✹

உன் அரசியலை மறுதலிப்பவர்கூட
உன் தமிழுக்கு மட்டும் காத்திருப்பர்!

ஆங்காங்கே அன்றலர்ந்த
காளான்களாய்ப் பூத்திருப்பர்!

பன்னாட்டு அறிவியல் மாநாடுபோல்
செம்மொழி மாநாடு கண்டாய்!

சக்கர நாற்காலியில் உட்கார்ந்து கொண்டே
உலகத்தையே கோவையில் குவியவைத்தாய்
✹

குறைகளை நிறையாக்கினாய்
நிறைகளை நிறைவாக்கினாய்

கவிஞர்களும் – தமிழ்
அறிஞர்களும் அவ்வப்போது
தங்கிப்போன தமிழ்ப் பூங்கா

கார் உள்ளளவும் - கடல்
நீர் உள்ளளவும் – இந்தப்
பார் உள்ளளவும் - உன்
புகழ் நீங்கா

50

சூரியனை எழுப்பிவிட்ட சூரியன்

- ஆண்டாள் பிரியதர்சினி

கலைஞருக்கு மகள்தரும் அன்பு வணக்கம்
அகில் புகையும் சந்தனமும் அதில் மணக்கும்
எல்லோர்க்கும் கலைஞரிடம் உண்டு இணக்கம்
எதிரிக்கும் ஏதுமில்லை சின்னச் சுணக்கம்

கூட்டாட்சி கலைஞர் சொன்ன புதிய கீதை
தென்னகத்தின் காரல்மார்க்ஸ் என்னும் மேதை
பெரியாரின் அண்ணாவின் செல்லத் தம்பி
ஈரோடும் காஞ்சியுமாய்ச் சிறந்த தும்பி

சிந்தனையில் தமிழகத்தை முன்னால் வைத்தார்
எதிரிகளை எதிர்ப்புகளால் பின்னால் வைத்தார்
நட்பான கொள்கையினைத் தில்லியில் வைத்தார்
தெற்கில்தான் சூரியனை உதிக்க வைத்தார்

ஏழைகள் மறந்தார்கள் பசியென்ற சொல்லை
எளியவர்கள் கக்கத்தில் துண்டு இருக்கவில்லை
கிராமங்கள் வாசிக்க நூலகங்கள் திறந்தார்
முதல்வரிலே முதல்வராகத் தலைமகனாய்ச் சிறந்தார்

தொழிலாளர் தினத்துக்கு விடுமுறை தந்தார்
ஏழைமணப் பெண்ணுக்கு நிதியும் தந்தார்
தமிழ்மக்கள் செழித்திருக்கும் கொள்கை தந்தார்
தமிழ்நாடு முதன்மை எனும் பெருமை தந்தார்

அவர் எழுதும் வசனங்கள் நெருப்பைக் கக்கும்
பாடல்கள் புதினங்கள் கிழக்காய் நிற்கும்
பதிமூன்று தேர்தல் வென்ற மாயாஜாலம்
கலைஞர்க்கே உண்டென்று சொல்லும் ஞாலம்

நெஞ்சுக்கு நீதி சொன்னார் கவிதை சொன்னார்
உடன்பிறப்புக் கடிதத்தால் உயரச் சொன்னார்
கரகரத்த குரலில் அவர் பேசும்போது
கலைஞர் பெயர் மட்டுமே தமிழர் சொன்னார்

முரசொலித்துத் தமிழர்களை விழிக்கச் செய்தார்
பகுத்தறிவைத் தமிழகத்தில் ஒலிக்கச் செய்தார்
பெண்ணுக்குச் சொத்துரிமை தந்த வள்ளல்
தலைமுறைகள் செய்யும் அவர் பெயரைச் சொல்லல்

கடலுக்குள் வள்ளுவரை நிற்க வைத்தார்
கடல் அலையும் திருக்குறளைக் கற்க வைத்தார்
தெற்கினிலே வடக்கினிலே கிழக்கு மேற்கு
திசையினிலே தமிழ் தமிழர் வெல்ல வைத்தார்

சிறுபான்மை மீது அவர் பாசம் கொண்டார்
பழங்குடிகள் எளியவர்கள் நேசம் கொண்டார்
சாதிமத இனம்கடந்து அன்பு கொண்டார்
எதிர்த்திசையும் வணங்குகின்ற பண்பு கொண்டார்

சூரியனை எழுப்பிவிட்டு நடக்கச் செல்வார்
சந்திரனைத் தூங்கவைத்துத் தூங்கச் செல்வார்
தமிழகத்தின் நிலமெங்கும் பயணம் செய்வார்
நம்மைவிட்டு வேறுஎங்கே கலைஞர் செல்வார்?

உலகத்தின் ஏதோஒரு திசையில் வாழும்
தமிழருக்கும் கலைஞர் பெயர் உயிரில் முந்தும்
தமிழர் வாசம் வீசும் எல்லோருக்கும்
கலைஞர்தான் தந்தையெனத் தலைமைச் சொந்தம்.

51

திருக்குவளை ஈன்ற திருக்குறள்

– தஞ்சை இனியன்

பெரியாரும் அண்ணாவும்
ஒன்றான உருவம்!
பழைமைகளைக் கழிக்கவந்த
பகுத்தறிவுக் கருவம்!

திருக்குவளை ஈன்றெடுத்த
திருக்குறள் புத்தகம்!
திசையெட்டும் நடுங்குகின்ற
திராவிட மத்தகம்!

சொந்தமாய் உருவான
சுயமரியாதைச் சுயம்பு!
நம்மை இயக்குகின்ற
நாத்திக நரம்பு!

கோடை இடிபோலக்
குமுறுகின்ற மேடைஇடி!
மூடத் தனங்களையே
மோதியதோர் மோனைவெடி!

அன்றாடம் களங்கண்ட
அமராபரணன்!
அறம்பொருள் இன்பம்வழி
அரசாண்ட தமிழன்!

எழுத்துகளும் பேச்சுகளும்
எரிகின்ற ஈட்டிமுனை!
இவரின்றேல் இருக்காது
இடுப்பில்நம் வேட்டிமுனை!

❖

52

ஒரு போராளியின் சுவடுகள்
— இளையபாரதி

மறுபடி... மறுபடி... முதுகில் குத்தும்போதும்
முறுவல் மாறாமல்
அந்தக் காயத்தில் வழியும் இரத்தத்தைத் தொட்டே
அடுத்த வெற்றியின் அத்தியாயத்தை
எப்போதும் நீ எழுதிவிடுவதால்
உன் முன் தோற்றுப்போகிறது துரோகம்
அது எத்தனை மனித வடிவெடுத்து வந்தாலும்

சீசர் கூட ஒரு புரூட்டஸைத்தான் சந்தித்தான்
ஜீசஸ் கூட ஒரு யூதாஸைத்தான் சந்தித்தான்
நீ சந்தித்த புரூட்டஸ்கள் எத்தனை பேர்?
எதிர்கொண்ட யூதாஸ்கள் எத்தனை பேர்?

பீனிக்ஸ் கூட உன்னைப் போல் இத்தனை முறை
உயிர்த்தெழுமா என்பது சந்தேகம்தான்

துரோகங்களின் நஞ்சை விழுங்கிச் செரித்து
வெயில் மழையில் நனைந்தபடி
காலிலும் நெஞ்சிலும் தைத்த முள்ளை
எடுக்கக் கண நேரமின்றி நிகழ்ந்தன
உன் சுவடுகளின் யாத்திரை

சுவடுகள்
உயிர் இயக்கத்தின் சாட்சிகள்,
முதல் சுவடு ஜனனமாகிறது
கடைசிச் சுவடு மரணத்திற்கு முந்திய சுவடு
சுவாசம் முடிகிறபோது
சுவடுகளும் முடிந்து போகிறது
நினைவுகள் கண்களின் சுவடுகள்

உளியின் சுவடுகளால் ஒரு சிற்பம் பிறக்கிறது
ஒலியின் சுவடுகளால் இசைக்கோலம் உயிர்க்கிறது

பசியைப் பசியாலும்
தாகத்தைத் தாகத்தாலும் தணித்துக் கொண்டு
வளர்ந்தன உன் சுவடுகள் என்பது
உன் சுவடுகளின் சுருக்கமான வரலாறு

பதினான்கு வயதுப் பாதங்களால்
திரு ஆரூரில் தொடங்கிய உன் சுவடுகளின் பயணம்
இறுதிவரை
அதே வீச்சோடு... அதே வீரியத்தோடு... அதே வேகத்தோடு

இரண்டு நூற்றாண்டுகளின் சாலைகளும்
காலத்தின் தொப்புளிலிருந்து முளைக்கும்
உன் சுவடுகளால் நிரம்பி வழிகின்றன

ஐயாவின் சுவடுகளும்,
அண்ணாவின் சுவடுகளும்
உன் சுவடுகளின் வழியாய் வளர்கின்றன
அவர்களின் தூரங்களை
உன் சுவடுகளின் வழியே கடக்கிறாய்

❖

53

நூற்றாண்டு நூலகம்

– காசிமுத்து மாணிக்கம்

சனாதனத்தை எதிர்த்த
சங்கத்தமிழ்

வாழ்நாள் முழுவதும்
வள்ளுவனாய் வாழ்ந்தவர்

குறளோவியத்தின் குறுந்தொகை
நீதிக்கட்சியின் நெடுந்தொகை

காலத்தின் கடவுச்சீட்டு
முற்போக்குத் தொடரின் முதற்பாட்டு

பெரியாரின் நாட்குறிப்பிலும்
அறிஞர் அண்ணாவின் ஆத்திசூடியிலும்
இடம்பெற்ற
ஈடு இணை இல்லாத தலைவன்

ஆத்திகத்தின் ஆணிவேர் அறுத்த
நாத்திகத்தின் ஞாபகவிருட்சம்

கடற்கரையில் உறங்கும்
காலத்தின் பெட்டகம்
அறிஞர் அண்ணாவின்
அடுத்த ஆளுமை

தமிழகத்தைத் தாங்கிப் பிடித்த
காலத்தின் தூண்!

இன்னொரு தலைவனாய் இல்லாமல்
முன்னேற்றக் கழகத்தை வழிநடத்திய
முதல்வன்

பகுத்தறிவுப் பாசறையின்
பாட்டுடைத் தலைவன்

தேசியக் கொடியை
முதல்வரே ஏற்றச் சொன்ன
ஆசிய முதல்வன்

சங்க இலக்கியத்தை
சாமான்ய மக்களுக்குக்
கற்றுத்தந்த
காவியப் புதல்வன்

அதிகாரத்தின்
ஆணிவேரை அறுத்த
புறநானூற்றுப் போராளி

முப்பது நாளும்
முழு நிலவாய் இருந்தும்
பிறை சமூகத்தையும்
பேணிக்காத்தவன்

மக்களின் மனதை
மயிலிறகாய் வருடிவிடும்
உங்களின் பேச்சு
உணர்வுள்ள தமிழரின்
உயிர்மூச்சு

உங்கள் மொழியால்
பாமரவிழிகள்
பார்வை பெற்றன

காலத்தின் காவலனே
நாடறிந்த நாவலனே

உங்கள்
நூல் இல்லாத
நூலகமே இல்லை
தமிழில்
உங்கள் நூல் இல்லாவிட்டால்
அது நூலகமே இல்லை

உங்கள் முரசொலியால்
முள்வேலியும்
பூக்காடாய்ப் புதுப்பித்தது

உங்கள்
திராவிடத் திண்ணையில்
உட்காராத
உயிரெழுத்தும் இல்லை
மெய்யெழுத்தும் இல்லை

குரளோவியத்தின் குரலே
வேற்றுமையை எழுதிய விரலே

ஆரியத்தைப் பொசுக்கிய
சூரியத் தீயே

காகித ஓடத்தில்
கவிதையைச் சுமந்து சென்ற
காவியத் தலைவனே

சிந்தனைச் சிகரமே!

தமிழ்த்தாய் வாழ்த்தைத்
தமிழகத்தில்
அறிமுகம் செய்த அறிஞனே

நூற்றாண்டு நூலகமே!
உங்கள் ஒவ்வொரு பக்கமும்
எங்கள் பக்கபலமே!

பெரியார் அண்ணாவின்
நீட்சியும் நீயே
ஆட்சியும் நீயே
கலைஞர் வாழியவே

54

எனது திசைகாட்டி
– பழ.புகழேந்தி

சேகரித்து வைத்திருந்த
புகழுரைக்கான சொற்களையெல்லாம்
புறமொதுக்கியபடி திரண்டு வருகின்றன
நன்றியுரைக்கான சொற்கள்.

✻

எனது பால்யத்தில்,
பேச்சு வரவேண்டும் என்பதற்காக
நாவில் தேன் தடவினார் அப்பா.
அது - உனது தேனலைகளில் இருந்து
எடுத்த ஒரு சொட்டு.
பிறகென்ன
பேச்சோடு சேர்த்து எழுத்தும் வந்தது எனக்கு.

உனது மொழியின் அழகுக்குள்
மூழ்கி வெளிவந்த போது
நான் கவிஞனாகியிருந்தேன்.

சூடான சுயமரியாதைக்காரனாய்
நான் உருமாறியதெல்லாம்
உனது உரையின் வெப்பத்தில்
குளிர்காய்ந்த பின்புதான்.

நான் ஈரோட்டை வந்தடைந்ததெல்லாம்
திருவாரூர் வழியாகத்தான்.

நீ வனைந்ததுதான்
இன்றிருக்கும் நான்.

இந்தக் கவிதையில் மட்டும்
'நான்' என்பது பன்மை.
மேலும்,
'நான்' என்பது படர்க்கையும் கூட...

எத்தனையோ 'நான்'களின் நன்றிதான்
என் வழியாகவும் வருகிறது இங்கு.

உன்னை
'நவீனத் தமிழகத்தின் சிற்பி' என்கிறார்கள்.
நீ செதுக்கியது
வெறும் நிலப்பரப்பை மட்டுமல்ல.
தமிழர்களின் உளப்பரப்பையும் கூட...
✻
புறமொதுங்கிக் கிடக்கும் சொற்களின் விசும்பலில்
'எம்மையும் எழுதேன்' என்கிற ஏக்கம்.
எழுதலாம்தான்.
ஒரு பக்கத்திற்குள்
எப்படி அடங்கும் அவை?

55
கரையோரம் பாடும் கடல்
– ஆரூர் தமிழ்நாடன்

தூங்கும் கதிரே! துடிதுடித்து நாங்களெலாம்
ஏக்குவது கண்டும் இளகாயோ? – வாங்காமல்
வாங்கிவந்த எங்கள் வரலாற்றின் பொன்வரமே!
தூங்கியதும் போதிடா தோ?

அழாதீர்கள் என்றெம்மை ஆற்றாமல் நீயும்
எழாமல் இருப்பதுவும் ஏனோ? – நிலாவும்
தரைத்தூக்கம் போட்டதுவோ? தாளாச்சோ கத்தைக்
கரையோரம் பாடும் கடல்!

திராவிடத்தின் மாறாத் திகைப்பே! நீயும்
வராவிடில் உள்ளம் வாடும் – நிராசையில்
நெஞ்சம் கலங்கும்! நிறைவேறா ஆசைதான்!
கொஞ்சமேனும் காட்சி கொடு!

நூற்றாண்டு காண்கின்ற நூதனமே! எம்மைநீ
நேற்றாண்டாய் என்றே நினைத்திருந்தோம்! – கூற்றுவனும்
தோற்றோடும் வண்ணம் திருப்புதல்வர் ஸ்டாலினின்
தோற்றத்தில் தோன்றுகிறாய் நீ.

தனயனின் மாண்பில் தமிழகம் காணும்
மனம்கவர் சாதனையாய் மாறித் – தினந்தினமும்
மக்கள்முன் வந்து மகிழ்கின்றாய்! உன்னையே
சிக்கெனப்பி டித்தோம் சிலிர்த்து!

எங்கள் திருநாள்நீ! ஈர இதயத்தில்
தங்கியுள்ள நீயோர் தமிழ்விளக்கு! – எங்கும்
ஒளிர்கின்ற உன்னை உயிருக்குள் வைத்தோம்
நிலைத்திருக்கும் உன்றன் நினைவு.

56

விடியலின் கிழக்கு
– இலக்கியா நடராஜன்

அன்னைத் தமிழ் நாட்டை
ஆக்கிரமித்துக் கிடந்த
ஆரிய இருளகற்ற
ஆரூர் மண்ணில் அவதரித்த
திராவிடச் சூரியன்

இளம் பிராயத்து
எட்டாம் வயதிலேயே
இனமானக் கொள்கை பாடிய
பகுத்தறிவுப் பாசறையின்
ஞானச் சுயம்பு

வெள்ளமாய்ப் பெருக்கெடுத்த
தமிழ்க் காவிரியைக்
குள்ளமான உருவத்துக் குவளைக்குள்
அடக்கி வைத்த
அகத்திய மாமுனி

தந்தை பெரியாரும்
தத்துவமேதை அண்ணாவும்
முத்தமிழறிஞர் கலைஞருக்கு
முன்னோட்ட வழிகாட்டி

இருவர் தம் வழியினிலே
இனமான இலட்சியக் கொள்கைகளை
எழுதிக் குவித்தார்
எத்தனையோ ஏடுகளில் மெருகூட்டி

“காவேரி”யில் கண்மூடும் வரை
ஏற்றமிகு தமிழருக்காய்
எழுதுவதை நிறுத்தவில்லை
இவரின் திராவிடத் தூரிகை

இந்த வையகம் உள்ளவரை
ஓயாது ஓழியாது
ஒருபோதும் அழியாது
முத்தமிழறிஞர் கலைஞர்
முழக்கிய ராஜபேரிகை

அரசியல் சினிமா
அருந்தமிழ் இலக்கியம்
அற்புத ஆட்சித்திறன்
ஆற்றொழுக்காய்ப் பேச்செழுத்து
அனைத்தாலும்
இருளில் கிடந்த தமிழினத்திற்கு
வெளிச்சம் ஏற்றிய விளக்கு

ஈடு இணையற்ற தலைவர்
இந்த முத்துவேல் கருணாநிதி தான்
எட்டுத் திசையெங்கும்
பரவிக் கிடக்கும்
என் தமிழர் வாழ்வில்
விடியல் சூரியன்
உதிக்க வைக்கும் கிழக்கு!

❖

57

தமிழே விரும்பிய தலைவன்
– பிச்சினிக்காடு இளங்கோ (சிங்கப்பூர்)

முயற்சி தனக்குத்தானே
முன்மொழிந்துகொண்ட
புனைபெயர் கலைஞர்

தன்னம்பிக்கை
தானாக வெறித்து
வரித்துக்கொண்ட பெயர்
கலைஞர்

உழைப்பு
உன்னத வடிவம்கேட்டு
உருவெடுத்த வடிவம் கலைஞர்

தளராமனத்தின்
தனிப் படிமம் கலைஞர்

பகுத்தறிவின் பாதையைப்
படம்போட்டுக்காட்டென்றால்
அந்தப்படமும் தடமும்
கலைஞர்தான்

அரசியல் பாடத்தின்
இலக்கணத் தொகுதியே கலைஞர்

தமிழே
தமக்குச் சூட்டிக்கொண்ட
மகுடத்தின் மறுபெயர் கலைஞர்

மெக்காபோல் மதீனாபோல்
திருக்குவளை
எங்களுக்குத் திருத்தலம்

குறிஞ்சிமலர்போல் கிடைத்த
குவளைமலர் கலைஞர்

அண்ணா தலைவாழை
கலைஞர் தனிவாழை
வித்தியாசவாழை;
வியத்தகுவாழை
கலைஞரின் புதல்வர் முதல்வர்
தளபதி

கலைஞரின் முகம் சூரியன்
திரும்பினால் பௌர்ணமி
அமாவாசைக்கு இடமே இல்லை

58

நிரந்தரச் செங்கோல்
– தணிகைச் செல்வன்

அறுபதைக் கடந்துவிட்ட
அத்துணை படைப்பாளர்க்கும்
இருபது வயதில் உந்தன்
எழுத்தன்றோ பாலபாடம்?
எழுபதும் எட்டும் தாண்டி
இன்னமும் கனல் தெறிக்கும்
எழுதுகோலன்றோ இன்னும்
எங்களை ஆளும் செங்கோல்!

ஆறோடும் வழிகளெங்கும்
அரண்செய்யும் கரைகளாக
ஈரோடும் காஞ்சிமண்ணும்
இருபுறம் காக்க, சங்க
நீரோடும் வளமார் பொன்னி
நீந்தி அக் கல்லணைக்குள்
வேரோடிக் கிடந்த எங்கள்
வரலாற்றை மீட்டுத்தந்தாய்

தளகர்த்தன் தமிழ்ப் படைக்கு;
தமிழன்னை உயிரைக் கேட்டால்
தலைவைப்பான் களப்பலிக்கு;
சாதீயம் மோதும் போது
உலைவைப்பான் இனப்பகைக்கு;
உரிமைப் போரென்றால் தன்னை
விலை வைப்பான் தனிச்சிறைக்கு
விடியலே அவன் இலக்கு!

சென்னையும் அறியாச் சிற்றூர்ச்
சிறுமகன் நானும் சன்யாட்
சென்னையும் அறிய வைத்துச்
சீனத்து மாவோ வாழ்வைப்
பின்னையும் அறியவைத்துப்
புரட்சியை ஈன்றெடுத்த
மண்ணினை, லெனினை யெல்லாம்
சொன்னவன் எனக்கு நீதான்

இசைத்தட்டில் வசனம் விற்ற
இலக்கியக்காரன் உன்போல்
திசையெட்டும் இல்லை; வெள்ளித்
திரையிலே வெடித்தெழுந்த
விசைமிகு கணையே, உன்னை
விட்டிருந்தார்கள் என்றால்
அசைத்தெடுத்து ஆரியத்தின்
ஆணிவேர் பறித்திருப்பாய்

என்ன விலை என்றுந்தன்
எழுத்துவிலை கேட்டவர்கள்
சொன்னவிலை கொடுப்பதற்குத்
துணிவார்கள்; போட்டியிலே
நின்றவிலை எதுவெனினும்
நாங்கள் உன் தமிழுக்குத்
தந்த விலை அறுகோடித்
தாய்த்தமிழர் இதய மன்றோ?

அரும்புகள் மொட்டவிழ்க்கும்
அதிகாலைத் தென்றல் ஏந்தி
வரும் புது வசனக் கவிதை
வாசலைக் கடந்தால் ஈட்டி
இரும்பென நிமிர்ந்த உந்தன்
எழுத்துக்கள்; இலக்கியத்தின்
வரம்புகள் முழுதும் கண்ட
வரலாறு உனக்கே சொந்தம்.

நரம்புகள் உணர்ச்சிக் கோளம்
நாளங்கள் நெருப்புப் பாளம்
எரிந்திடப் படைக்கும் உந்தன்
எழுதுகோல் ஒன்றே எங்கள்
நிரந்தரச் செங்கோல்! அஃதுன்
நெஞ்சிலே சட்டைப்பையுள்
இடம் பெறும் வரையில் என்றும்
இடம்பெறும் சரித்திரத்தில்

59
சிந்தனையும் செயலும் ஒன்று
– தமிழ்ப்பித்தன்

சொல்லினை எழுத்தாய் மாற்றும்
    துய்யதோர் கலையைக் கற்றோர்
தொல்புகழ் தமிழர் நாட்டில்
    தொகைதொகை யாக வுண்டு
சொல்லினைச் செயலே ஆக்கிச்
    சுடர்ஒளி புவியிற் சேர்க்க
வல்லவர் சிலரே என்று
    வரலா(று) எடுத்துக் கூறும்

பைந்தமிழ் நாட்டை ஆளும்
    வல்லவன் தம்பி யான
மைந்தராம் கலைஞர், எங்கள்
    மாண்புடை முதல்வர், அன்பாய்ச்
சிந்தனை செய்த வற்றைச்
    செயலிலே முடிப்பார்; எந்த
நிந்தனை வரினும் அஞ்சார்;
    நினைத்திடும் தொண்டைச் செய்வார்!

ஏழைகள் உயர்வுக் காக
    ஏற்றுவார் கோடித் தீபம்
கோழையாய் வாழ்ந்தா ரெல்லாம்
    கூனலை நிமிர்த்தே நிற்க
மாழைபோல் ஒளியைச் சிந்தும்
    மணிநகைக் கலைஞர்; தங்கப்
பேழைபோல் திகழ்வார்: நாட்டின்
    பெருமையை ஓங்கச் செய்வார்!

இரவலர் துன்பம், பார்வை
இழந்தவர் துன்பம், நாளும்
கரங்களால் ரிக்க்ஷா தொட்டே
கடிதினில் இழுத்தோர் துன்பம்
புறத்தினில் ஓட வைத்த
புண்ணியர் இவரே! மேனி
உறுப்புகள் ஊன முற்றோர்
உயர்ந்திட வழியே செய்தார்!

பிறந்தநாள் என்னும் நன்னாள்
பெரும் புவி வாழ்வோர்க் கெல்லாம்
நிரந்தர மாக வுண்டு
நெஞ்சினில் நிலைப் பதற்கே
வரந்தரும் நாளாய் அஃதை
வகையொடு மாற்றி, நன்மைச்
சரந்தொடுத் தன்பாய் ஆக்கம்
தருபவர் கலைஞர் அன்றோ?

பெற்றவர் இல்லா வேளை
பெருந்துயர் எய்து கின்ற
பற்பல சிறுவர், வாழப்
பயன் தரு திட்டம்; வாழ்வில்
'அற்றவர்' ஆகி நிற்கும்
அணங்குகள் மீண்டும் வாழ
அற்புதத் திட்டம் தீட்டும்
ஆரூரர் நீடு வாழ்க!

❖

60

இந்தியத் தலைவர்
– பொன்னடியான்

என்றைக்கும் மாண்புற வாகவே இருப்பவர்
ஏறுநடைக் கலைஞர்பிரான்! - உயர்
இன்பத்தின் தமிழ்ச்சுவை யானவர்தன்மான
இலக்கியம் கலைஞர்பிரான்! நித்தம்
குன்றாத புகழ்ஒளிக் கோமக னானவர்
குலையாநம் கலைஞர்பிரான்! - கொண்ட
கொள்கையில் மறவர்க்கே இலக்கண மானவர்
கொஞ்சுதமிழ்க் குறவின்பிரான்

அஞ்சாமை என்ற ஓர் சொல்லுக்கு இந்நாளில்
அடையாளம் இவர்! இவர்தான்! - சூழ்ந்த
அறியாமை இருளோட்டும் தலைவரோ யாரெனில்
அறிவொளி இவர்! இவர்தான்! - எங்கும்
கெஞ்சாமை, துஞ்சாமை எனும் இரு கண்கொண்ட
கிளர்ச்சியின் முழக்கமிவர்தான்! வாழ்வின்
கீழ்மையின் இருளோட்டத் துடிப்போடும் மேலெழும்
கிழக்கொளி இவர்! இவர்தான்!

புன்மைகள் விரட்டிடும் போர்க்குணத் தோழர்கள்
புடைசூழப் போகின்றவர்! - கொடும்
பொல்லாங்கே தொழிலான அரசியல் களத்தினில்
சாகசம் புரிகின்றவர் - நம்
தென்னகத் திருநிலம் தென்போடு நடைபோடத்
தன்னையே தருகின்றவர் - இன்றும்
திருந்தாத சமூகத்தின் நலம்பேணும் ஓர்
அருமருந்தாகி வருகின்றவர்.

ஆன்றவிந்(து) அடங்கிய அறிஞர்க்கே அறிஞராய்
அணிநடை பயில்கின்றவர் - வளர்
அறிவியல் உலகிற்கே ஏற்றஓர் தலைவரெனும்
அற்புதக் கலைவல்லுநர் - நமை
ஈன்றதாய் போல்நின்று ஏற்றவழி கள்தந்து
இதயத்தைக் கவர்ந்துள்ளவர்! பெரு
இந்திய மண்ணையும் காக்கின்ற தலைவராய்
இதயத்தில் கலந்துள்ளவர் - நம்
எண்ணத்தில் நிறைந்துள்ளவர்

61

உன்கரம் செங்கோலாகும்
– தங்கவயல் லோகிதாசன்

உன்னையொரு நன்னூ லென்றால்,
உன்குணம் குறளே யாகும்!

உன்னையொரு மன்னவ னென்றால்,
உன்கரம் செங்கோ லாகும்!

உன்னையொரு நதி யென்றாலோ
உன்செயல் காவிரி யாகும்!

உன்னையொரு கடல் என்றாலோ
உன்னெழில் முத்தே யாகும்!

உன்னையொரு தலைவ னென்றால்
உன்பெயர் லிங்க னாகும் !

உன்னையொரு தளபதி என்றால்
உன்பேச்சு படைக் கலனாகும்!

உன்னையோர் உலோக மென்றால்
உன்மனம் தங்க மாகும்!

உன்னையொரு கவிஞ னென்றால்,
உன்பெயர் பைர னாகும் !

உன்னையொரு கலைஞ னென்றால்,
உன்படைப்பு ஓவிய மாகும் !

உன்னையொரு முரச மென்றால்,
உன்குரல் முரசொலி யாகும் !

62

கொள்கை வெல்லச் சூளுரைப்போம்!

– கவிதைப்பித்தன்

செங்குருதித் துளியெல்லாம் வியர்வை யாகிச்
சேற்றுவயல் நாற்றாகிப் பயிரு மாகித்
தங்கமணி நெல்குலுங்கும் திருவா ரூரைச்
சார்ந்த"திருக் குவளை"யில்ஓர் தாய்வ யிற்றில்
அங்கமெல்லாம் தமிழ்க்குருதி அணுக்கள் துள்ள
அடைகாக்கப் பட்டஅக் கினிக்குஞ் சொன்று
பொங்கிஎழுந் தார்த்ததுபோல் விளைந்த காட்சி!
புவிக்கொருவன் "கலைஞர்"என்று பிறந்த மாட்சி!

எழில்குலுங்கும் பூஞ்சோலை மலர்வி ரிப்பா?
ஈரநிலாக் குளிர்காயும் ஒளிவ ளப்பா?
வழிநெடுக முள்விரிப்பு! தாங்கிக் கொண்டான்!
வளையமிட்ட பகைநெருப்பு! தாண்டிச் சென்றான்!
ஒழிகவெனும் இழிவுரைப்பு! சிரித்துக் கொண்டான்!
உடனிருந்தோர் குழிபறிப்பு! பொறுத்துக்கொண்டான்!
மொழியுணர்ச்சி இனஎழுச்சி என்மூச் சென்றான்!
முனைமுகத்தில் தடையனைத்தும் தகர்த்து வென்றான்!

ஆட்சிக்கு வரும்தோறும் நலத்திட் டங்கள்!
அடித்தட்டு மக்கள்எழப் புதுச்சட் டங்கள்!
சாட்சிக்குப் பட்டியலை வரிசை யிட்டால்
சரித்திரத்தின் ஏடுகள்போ தாதே! தோன்றும்
காட்சிக்கே எளியவனாய் பெரியார், அண்ணா
கனவுகளை நனவாக்கித் தமிழி னத்தின்
மீட்சிக்கே உழைத்தவனின் கொள்கை வெல்ல
மேலும்அவன் நூற்றாண்டில் சூளு ரைப்போம்!

❖

63

கலைஞரின் எழுதுகோல்

- 'காவ்யா' சுந்தரபாண்டியன்

இரவலாக உம் எழுதுகோலை
எனக்குத் தருவீர் ஐயா!
நான் வரும்போது கையோடு கொணர்ந்து அஃதை
உம் காலடியில் வைப்பேன் ஐயா!

அது
குண்டலகேசியை மந்திரிகுமாரி ஆக்கியது;
சிலப்பதிகாரத்தைப் பூம்புகாராக மாற்றியது;
திருக்குறளை ஓவியமாகத் தீட்டியது;
தொல்காப்பியத்திற்குப் பூங்கா செய்தது;
சங்கத் தமிழுக்குச் சரித்திரம் படைத்தது

உமது எழுதுகோலால்
ராஜகுமாரிகளும் அரசிளங்குமரிகளும் மட்டுமன்று
பராசக்திகளும் பேசத் தொடங்கினர்

தூக்கு மேடைகளையும் நச்சுக்கோப்பைகளையும்
தண்டனைகளாகத் தந்த மணிமகுடங்களும்
வீழ்த்தப்பட்டன

மனோகரனின் கைவிலங்குகள் தெறித்திட
மலைக்கள்ளன்களும் மக்கள் திலகமாயினர்

உமது எழுதுகோலால்
எத்தனை திட்டங்கள் எத்தனை சட்டங்கள்
எத்தனை எத்தனை கையொப்பங்கள்

ஆயிரமாயிரம் பக்கங்களில்
கட்டுரைகள் கடிதங்கள் கதைகள்
நெஞ்சுக்கு நீதிகள் நீண்டு கொண்டே இருந்தன

உம்மைப்போல் ஒரு பக்கமாவது எழுதவேண்டும்
இரவல் தரும் உம் எழுதுகோலால்.

64

தலைவாநீ தருவாய் தரிசனம்

– மா.அன்பழகன் (சிங்கப்பூர்)

முத்தமிழ் அறிஞரே மூத்தயெம் ஏந்தலே
எத்தனை முதல்வர் இத்தரை எழுந்தும்
அத்தனை பேரிலும் ஆளுமை மிகுந்தநீ
பத்தரை மாற்றெனப் பழுதிலாத் தங்கமே!

சிந்தனை ஊற்றே! செம்மொழி வாகையே!
உந்த னுயரமும் உன்றன் திறமும்
பலகலை தெரிந்த பாட்டுடைத் தலைவா
உலகோர் அறிந்தவை உனக்கேன் தெரியலை?

உன்னிடம் கொண்டநல் உவக்கும் மயக்கம்
பெண்ணிடம் கூட இல்லையவ் விணக்கம்
உன்னாள் திறத்தை உலகோர்க் கீந்திட
எந்நாளும் வேண்டிநான் இருப்பேன் நோன்பு.

முந்திய பிறப்பில் உந்தியின் கொடியே
குந்தியின் காதலன் சூரியச் சின்னமே
என்னுள் கலந்த என்னினத் தலைவா!
கன்னலும் கசந்திடும் கலைஞரு னுரையால்

நன்னூல் சூத்திரம் உன்னுள் கொண்டே
பன்னூல் படைத்துப் பாரினை ஆண்டாய்!
தொன்னூற் பாடலைத் துடித்தெழச் செய்தாய்!
உன்னூல் ஒன்றிற்கு மற்றது இணையோ?

ஒருமுகம் மட்டும் உனக்கிலை தெரியுமுன்
திருமுகம் கண்டு தரிசனம் செய்திட
கோடி முகங்கள் கூட்டமாய் மறைத்திட
நாடிநான் வருகையில் நண்ணிநீ தருவையே!

65

நூறு யுகங்கள் வேண்டும்

– பா. இரவிக்குமார்

✡ உன் நிழல் விழாத
இந்த பூமி
என்ன பூமி?

✡ உன் பார்வை படாத
அந்த வானம்
என்ன வானம்?

✡ உன் சுவாசம் தொடாத
இந்தக் காற்று
என்ன காற்று?

✡ உன் பெயரை உச்சரிக்காத
எந்த மொழியும்
என்ன மொழி?

✡ உன் பெருமை பேசாத
அரசியல் வரலாறு
என்ன வரலாறு?

✡ நீ எழுதினாய்...
   உலக அரங்கில்
   தமிழுக்கு முகவரி கிடைத்தது!

✡ நீ பேசினாய்...
   வரலாற்றில் முதல்முறையாகச்
   சனாதனம் எரிந்தது!

✡ நீ வாழ்ந்தாய்...
   தன்னைத் தானே
   எழுதிக்கொண்டது வரலாறு!

✡ உன்னைப் போல் வாழ
   ஒரு கணமும் இயலாது!
   உன்னைப் பேசுவதென்றாலோ
   நூறு யுகங்கள் போதாது!

✡ குமரிமுனையின் கடல் அலைகளும்
   காஷ்மீர் எல்லையின் தேசியக்கொடியும்
   உச்சரிப்பது ஒரே ஒரு பெயரை...

கலைஞர்!

66

நீதி காத்திட்ட அறத்தின் பாலே!
– ஆதிரா முல்லை

கல்லணை தந்தான் சோழன்
    கனித்தமிழ் செழிக்கத் தேனின்
சொல்லணை தந்தாய் நீதான்
    சுவையணை எழுத்தில் வைத்தாய்
பல்லணை பயிர்க்குத் தந்தாய்
    பழந்தமிழ் நீயே காத்தாய்
நெல்லணை நிரப்பி, செல்வம்
    நிதம்நிதம் நாட்டில் வார்த்தாய்

அஞ்சுகத் தாயின் மைந்தா
    ஐம்முறை ஆட்சி கண்டாய்
நஞ்சிடும் வைதீ கத்தின்
    நரம்பினை அறுத்துச் சாய்த்தாய்
கொஞ்சிடும் சங்கப் பாட்டைக்
    குப்பனும் கேட்க வைத்தாய்
அஞ்சிடும் பெரியார் தொண்டின்
    அனலெனப் பகையைத் தீய்த்தாய்

திரைத்தமிழ் செழித்த துன்னால்
    திருக்குறள் இனித்த துன்னால்
மறைத்தமிழ் மடமை நீங்கி
    மலர்த்தமிழ் ஆன துன்னால்
நிறைதமிழ் நிலவே! உந்தன்
    'நெஞ்சுக்கு நீதி' என்னும்
முறைத்தமிழ் ஒன்றே போதும்
    முன்னேறும் தமிழர் கூட்டம்

முதுதமிழ்க் காப்பி யத்தை
    முழுவதும் செதுக்கிப் புத்தம்
புதுத்தமிழ்ப் பூங்கா செய்தாய்
    பாரெலாம் இன்ப வண்டாய்
மதுத்தமிழ் மாந்தச் செய்தாய்
    மலைத்தமிழ் படைத்து, நீதான்
இதுதமிழ் வாழ்வு என்னும்
    இறுமாப்புக் கொள்ளச் செய்தாய்

இளைஞனாய் இருந்த போதே
    இந்தியை எதிர்த்தாய்; மீனின்
வலைஞரின் மறும லர்ச்சி
    வாரியம் சமைத்தாய்; வேளாண்
விளைஞரின் கடனைத் தீர்த்தாய்
    விற்பனைச் சந்தை சேர்த்தாய்
கலைஞரே! கருணா!! நீதி
    காத்திட்ட அறத்தின் பாலே!

அண்ணனின் கொள்கை காத்தாய்
    அவர்புகழ் உலகு சேர்த்தாய்
தென்னவர் பண்பாட் டுக்குத்
    திருக்குறள் கோட்டம் கண்டாய்
கண்ணகி சிலம்பின் ஓசை
    கடலெலாம் ஒலிக்கச் செய்தாய்
தண்டமிழ்த் தலைவன் நீயே
    தமிழுள காலம் வாழ்வாய்!!

67

கலையின் முழக்கம் கலங்கரை விளக்கம்

– ஆரூர்புதியவன் (பேரா.ஹாஜா கனி)

திருக்குவளை தந்திட்ட தீந்தமிழை மாந்த
செருகளத்தில் கொண்டுபோய்ச் சேர்க்கும் - உருக்குலைக்கும்
ஆரியச் சூழ்ச்சிகளை சாய்த்துச் சரித்ததந்த
சூரியக்கை போட்ட ஒரு சூடு.

காலத்தை வென்ற கருணை நதி - அதற்கு
இன்னொரு பெயர்தான் கருணாநிதி..

காவேரிப் படுகையில் பிறப்பு
'காவேரிப்'[1] படுக்கையில் இறப்பு
காற்றெல்லாம் கமழ்கிறது அவர் சிறப்பு..

ஆயிரம்ஆண்டாய்
ஆதிக்க மூளையர் விதைத்த
அடிமை இருளைச்
சுட்டெரித்த சூரியன்
அடிமைக் கட்டறுத்த வீரியன்..

★ காவேரி = மருத்துவமனை

நலிவு கொண்ட தலைமுறை
பொலிவு கொண்டு எழுந்திட
வலிவு கொடுக்கும் வரலாற்றின் பெயர்தான்
கலைஞர் மு.கருணாநிதி..

மூவண்ணக் கொடி ஏற்றும் உரிமையை
முதலமைச்சர்களுக்குப் பெற்றுத் தந்த
இருவண்ணக் கொடி - அவர்
நால்வர்ண ஆணவத்தை
நாளெல்லாம் வேர்பிளந்த திராவிட இடி..

எழுத்தையும் பேச்சையும் விதைத்தார் - அதனால்
எழுச்சி விளைந்தது..
அதிகார பீடத்தை வென்றார் - அதனால்
சதிகாரச் சூழ்ச்சி குலைந்தது..

அவர்
போராட்ட வரலாற்றின் பாட்டுத்தொகை
ஈரோடு காஞ்சியின் கூட்டுத்தொகை..

இளைத்துக் கிடந்த இனம்
விழித்துக் கொள்ள சளைத்திடாமல் உழைத்தார்..
அதனால் சரித்திரமாக நிலைத்தார்..

அவர்
எழுது கோலால் ஆட்சி செய்தார்
செங்கோலால் கவிதை எழுதினார் - அவரது
நெஞ்சுக்கு நீதி பாடமானது
சமூகநீதி அவரது சாரமானது..

கொள்கை சொல்ல வந்தோர் - பலர்
கோட்டை வெல்லவில்லை..
கோட்டை வென்ற பலருக்குக்
கொள்கை ஏதும் இல்லை..

கொள்கையைக் கோட்டைவிடாத - இவர்
கோட்டையை ஆண்டார்..
பகுத்தறிவு, சமூக நீதியின்
பாட்டையாய் நீண்டார்..

இலக்கியங்களை எழுதினார்.
இலக்கியமாக எழுதப்பட்டார்..
கவிஞர்களைக் கொண்டாடினார்.
கவியுலகால் கொண்டாடப்பட்டார்..

திரையிலும் உரையிலும்
எழுத்தெனும் துறையிலும் - அவர்
கடலாக விரிந்தார்
கலமாக மிதந்தார்
துறைமுகமாக இருந்தார்
வருங்காலத் தலைமுறைக்குக்
கலங்கரை விளக்கமாகவும் திகழ்ந்தார்..

நுண்மாண் நுழைபுலத்தால்
நுவலரும் நூல்களை
நூற்றாண்டு[2] வந்தவர்
நேற்றாண்டு சென்றார்

நேற்றுகளை ஆண்ட அவரின்
ஆற்றலும், நோற்றலும்
நாளைகளில் வாழும்
நற்றமிழை ஆளும்..

காற்றாண்டு நிற்கின்ற
கலைஞரின் புகழ் வாழ்க..

❖

2   நூற்றாண்டு = நூற்று+ஆண்டு
     நேற்றாண்டு = நேற்று+ஆண்டு

68

தலைமுறைகளின் தலைவன்

– புதுகை வெற்றிவேலன்

எழுகதிரோன் எழும்முன்னே எழுந்த மர்ந்தே
ஏடுதரும் செய்திகளைப் படித்த றிந்து
பழுதில்லா ஆட்சித்தேர் ஓட்டிக் காட்டிப்
பகலிரவு பாராமல் உழைத்த தேனீ!
உலகெல்லாம் புகழ்மணக்க வாழ்ந்த செம்மல்!
ஓய்வறியா நம்தலைவர் கலைஞர் தானே
அழுவாரைத் தேற்றுகின்ற தாயாய் வாழ்ந்தார்!
அன்னவரின் இவ்வாண்டு நூறாம் ஆண்டு!

பெரியாரின் கொள்கைகளை நெஞ்சில் ஏற்றிப்
பெரும்புரட்சிப் பகுத்தறிவைப் பறைகள் சாற்றி
அறிவுநல வசனங்கள் திரையில் தீட்டி
அழிவுதரும் மூடத்தைத் தூற்றிப் போக்கி
செறிவான நற்கருத்தைச் சிந்தை ஏற்றிச்
செயற்பாட்டில் சமூகத்தின் நீதி நாட்டி
நெறிதவறா நல்லாட்சி மலரச் செய்த
நெடும்புகழார் கலைஞர்தம் நூறாம் ஆண்டு!

வள்ளுவர்க்கு வடமுனையில் கோட்டம் கட்டி
வானுயரத் தென்முனையில் சிலையும் நாட்டித்
தெள்ளுதமிழ்க் குறளோவியம் தீட்டித் தந்து
திருக்குறளைப் பேருந்தில் வரைந்து காட்டி
வெல்லுதமிழ்ச் சொல்லெடுத்து முரசொ லித்து
வேதமொழி தலைதெறிக்கக் குட்டு வைத்து
தொல்லுபுகழ்க் காப்பியப் பூங்கா தந்து
துலங்குபுகழ் கொண்டவர்க்கே நூறாம் ஆண்டு!

அழகொளிரும் அறிவாலயம் கழகக் கோவில்!
அங்குவந்து போகாத தலைவர் இல்லை!
அழகுதமிழ் மொழிகொஞ்சும் கலைஞர் வாயில்!
அவர்சொல்லில் நகைச்சுவையே துள்ளி யாடும்!
இளம்தமிழில் இவர்பயிலா இலக்கி யங்கள்
இல்லையென்று சொல்வதிலே மிகைமை இல்லை!
அளப்பரிய தமிழறிஞர்! கவிதைக் கோமான்!
அன்னாரின் நூற்றாண்டு இந்த ஆண்டு !

பொங்கியெழும் கதிரோனின் ஆட்சி தன்னில்
புத்துலகம் செதுக்குகின்ற சிற்பி யாகி
பொங்குகதிர் நெல்விளைத்தே அறுத்தெ டுத்துப்
பொங்குபசி யாற்றுகின்ற உழவர் காக்க
அங்குமிங்கும் அணைகட்டி நீரைத் தேக்கி
அதன்மீது பயணிக்கப் பாலம் கட்டி
தங்குபுகழ் தனக்காக்கித் தரணி யாண்ட
தமிழ்த்தாயின் தலைமகனின் நூறாம் ஆண்டு!

பெண்குலத்தைக் காப்பதற்கே ஆணை யிட்டுப்
பெண்ணுரிமை தக்கவைக்கச் சொத்தில் பங்கு
மண்ணகத்து மாந்தரெலாம் போற்றும் வண்ணம்
மகளிர்க்குச் சுயஉதவிக் குழுவைத் தந்தோர்
தன்னகத்தில் தழைத்திருக்கும் தமிழைப் போற்றித்
தமிழ்மொழியைச் செம்மொழியாய் உயர்த்தித் தந்த
பொன்மனத்தார் புகழுடையார் பொய்மை இல்லார்
புகழ்மணக்கப் பிறந்தவரின் நூறாம் ஆண்டு!

ஒப்பரிய நம்தலைவர் கலைஞர் தாமே
    உயர்ந்தபல திட்டங்கள் தீட்டித் தந்து
செப்பரிய சாதனைகள் செய்த செம்மல்!
    செய்யரிய பணியாற்றி உயர்ந்த சீலர்!
எப்பெரிய துன்பங்கள் துளைத்த போதும்
    எள்ளளவும் கலங்காத நெஞ்சு ரத்தார்
இப்பெரிய தலைவரால் பெருமை பெற்றோம்
    இவ்வரிய தலைவர்க்கே வாழ்த்து ரைப்போம்.

கலைமகளின் தலைமகனாய் பிறந்து யர்ந்து
    காலையெழும் பரிதியாக ஒளிர்ந்த ஞானி!
தலைமுறைகள் தழைத்தோங்கத் திட்டம் தீட்டி
    தமிழ்நாட்டைத் தானாண்ட தலைவர் அன்னார்
அலைமகளின் தலைவாசல் பள்ளி கொண்டே
    அண்ணாவின் தன்னருகில் உறங்கு கின்றார்!
நிலைகுலையா நெஞ்சுரத்தார் நூறாம் ஆண்டில்
    நினைந்தவரைப் போற்றியானும் வணங்கு கின்றேன்!

❖

69

எப்போதும் நீ...
— ஏர்வாடி எஸ். இராதாகிருஷ்ணன்

இறந்துபோனவர்களுக்கான
மரியாதையை நாம்
இறுதி மரியாதை என்கிறோம்.
உன்னைப் போன்ற
ஒருசிலர்க்கு மட்டும்தான் அது
எப்போதும் என்றிருக்கிறது.

நீ வாழ்ந்தது மட்டும்
நீண்டநாள் அல்ல
உன் வரலாறும் நீண்டது.

கோட்டையில் வேண்டுமானால் நீ
ஐந்துமுறைதான்
முதல்வராக இருந்திருக்கலாம்.
தமிழர்தம் திருக்கூட்டத்திற்கு
நீ ஆயுள்முழுதும் முதல்வன்.

முதலாவதாக இருந்தாய்
எதிலும் முழுமையாகவும் இருந்தாய்
உன்னைத் தேர்தல்கள்கூடத்
தோற்கடிக்க முயன்று
தோற்றிருக்கின்றன.

முதல்வருக்கான இருக்கையில் நீ
சிலநாள்கள் இல்லாதிருந்திருக்கலாம்
தமிழர்தம்
இதயச்சிம்மாசனத்தில்
எப்போதும் இருப்பவன் நீ

ஏதோவொருவகையில்
எல்லோர்க்கும் நீ
தொடர்பில் இருந்தாய்
தொடர்பு எல்லைக்கு அப்பால் நீ
சென்றதே இல்லை.

இமயம் தொட்டதோடு
இருந்துவிடாமல் ஒவ்வொரு
இதயத்தையும் தொட்டவன் நீ.

உன்னோடு பலர்
படம்பிடித்துக் கொண்டுள்ளார்கள்.
காரணம்...
நீ அவர்களின் இதயங்களில்
இடம்பிடித்துக் கொண்டதுதான்.

பன்முகம் உனக்குண்டு.
கலைஞன் நீ...
கவிஞன் நீ...
தமிழர்தம் மனங்களைப் பிடித்த
வலைஞன் நீ...
எந்தமிழர் வாழ்வும் நீ...
வளமும் நீ.

அழகான தமிழில்
படைக்கவரும் உன்கரங்கள்
அழுதுவரும் ஏழையர்தம்
துயரையும்
துடைக்கவரும்.

ஆற்றல்மிகு தமிழர்களை
ஏற்றவரும் உன்னைப்
போலெவரும் இல்லையெனப்
போற்றவரும்.

நீ வாழ்ந்து முடிந்தவன் அல்லன்
நாள்தோறும் சூரியனாய்
வந்து விடிபவன்

இந்தத் தலைமுறையின்
இறுதித் தலைவன் நீ...
யாரும் உன்னைத் தொடரலாம் ஆனால்
நீ தொட்ட உயரத்தை
யாரும் தொடமுடியாது.

முடியாவிட்டால்கூடப்
பரவாயில்லை...
முயற்சிகளையாவது
தமிழன் தொடரத்
துணையிரு...
தமிழன் மேம்படத்
தோள்கொடு...
உன் வழியிலோ... பின் மரபிலோ...

70
கலைஞரின் எழுதுகோலே காலச் சிற்பம்
– தமிழ்மணவாளன்

நூற்றாண்டுத் தமிழ்வாழ்வு; தமிழர் வாழ்வு
    நொடிநொடியாய் நெய்திணைத்த நெடிய வாழ்வு
வீற்றிருந்த இருக்கைக்கும் உயர்ந்த வாழ்வு
    வெளிச்சத்தைச் சூரியனுக் களித்த வாழ்வு

ஆற்றொழுக்காய்த் தடையின்றிப் பாய்ந்த வாழ்வு
    ஆண்டவனாய் மக்கள்மனம் தோய்ந்த வாழ்வு
நூற்றுக்கு நூறெனவே துறைகள் தோறும்
    நுட்பத்தின் ஆழத்தில் செழித்த வாழ்வு

செம்மொழியாய்ச் செந்தமிழைச் சமைத்தாய்; அந்தச்
    செழுந்தமிழில் இலக்கியங்கள் அமைத்தாய்; வந்த
வம்பர்களின் வாயடைத்துத் தைத்தாய் ; பின்னர்
    வாய்பிளக்க அவர்களையே வைத்தாய் நீயே

உன்பார்வை விண்பார்வை விரிந்த பார்வை
    ஒவ்வொன்றாய் உணர்ந்தணுகத் தெரிந்த பார்வை
தென்னகத்துத் திராவிடத்துத் திண்மை யாலே
    தெளிவுறவே செயலூக்கம் புரிந்த பார்வை

தமிழருக்கு முகவரி நீ முகமும் நீயே
    தந்ததனால் நூற்றாண்டுத் தலைவன் நீயே
நிமிர்வதற்கு முதுகுத்தண்டு வடமும் நீயே
    நேர்கொண்ட நீள்பயணத் திடமும் நீயே

கரகரத்த அடர்ந்தமொழிக் குரலும் தந்தாய்
    கலைஞரென்னும் புனைபெயரைத் தமிழுக் கீந்தாய்
நிறம்மாறாக் கொள்கையினால் நித்தம் நித்தம்
    நீபடைத்த எழுதுகோலே காலச் சிற்பம்

71

ஒரு கனவின் ஆட்சி
– ஃபஜிலா ஆசாத் (துபாய்)

ஆங்கோர் வனத்தின் நடுவில்
அழிவின் விளிம்பில் ஓர் இனம்
ஞாலமெங்கும் அறிவினை
ஆழ விதைத்த தமிழினம்
வாசல் தேடி வந்ததால்
வாழ்வினைக் கொடுத்திட்டது நம்மிடம்

யாவரும் கேளிர் என்றெண்ணி
தன்மையை இழந்தது அவனிடம்
மறந்துபோன தன் வாழ்வையும்
மறுக்கப் பட்ட அறிவையும்
அறுக்கத் துடித்த பலரையும்
அடக்கிய அடிமை விலங்கிடம்
அடங்கா தெழுந்ததோர் புது யுகம்

ஒற்றைக் கிழவனுமோர் அறிஞனும்
மூட்டிய தீயினில் முகிழ்த்தவன்
முத்துவேல் பெற்ற மா மகன்

வெற்றுக் கூச்சலும் ஏச்சுகளும்
வீணர்கள் பின்னிய சூழ்ச்சிகளும்
ஆறாத் தழும்பிடும் பழிச் சொல்லும்
மாறாச் சிரிப்பினால் புறந்தள்ளித்
தன் மாரால் தாங்கிய மாவீரன்

இழந்தது என்னென் றறியாமல்
இனத்தின் பெருமை புரியாமல்
உயிரின் உரிமை தெரியாமல்
அடிமைத் தளைகளை அணிகலனாய்
ஆரத் தழுவிய தன் இனத்தின்
தடைகளைத் தகர்த்திடத் தடைக்கல்லாய்த்
தன்னினப் பிறப்பே திரண்டாலும்
பசி கொண்ட சேய் தன்
மடி கொள்ளும்போது
வலி கொள்ளாத் தாய் போல்
வலி பொறுத்தான் வழி வகுத்தான்

ஆண்டாயிரம் கொண்ட அடக்குமுறைப் பேய்கள்
தீண்டாமல் செய்த தீமைகளின் தாய்கள்
அடங்கிடவே செய்தான் ஆணைகளை வகுத்தான்
அரியணை இருந்தாலும் அரசிழந்த போதும்
அவன் கண்ட கனவே அரசாளச் செய்தான்

அறியாமை சூழ்ந்த இருளடர்ந்த போதில்
சமநீதிச் சுடரைச் சமூகத்தில் ஏற்றி
சுயமறியச் செய்த நெஞ்சுக்கு நீதி
சுயம்புவாய் செழித்தாய் வாழி கருணாநிதி

72

தலைவாசல்

– ராசி அழகப்பன்

உறங்காது சொல் விதைத்த
    எழுத்து விளைச்சலே; நீதி
நெஞ்சுக்குள் துடிக்கின்ற
    மானிடப் பாய்ச்சலே; வெளிச்சம்
கூரைக்குள் நுழைத்திட்ட
    அண்ணாவின் நிழலே; சமநீதி
திசை யெட்டும் விரவிடவே
    கரைந்துயர்ந்த கலைஞர் நீரே

நடு வகிடு சாத்திரத்தின்
    அச்சம் ஆச்சு; சாதிப்
பெயரி ணைந்த மானுடர்க்கு
    உறக்கம் போச்சு; தமிழ்
வழி யொன்றே தாய்மைக்கு
    நிகராய் ஆச்சு; வள்ளுவத்
தலைமுறையாய் வீதி யெங்கும்
    உன்னுரையே தலைமை மூச்சு!

விழுந்தாலும் எழுந்தாலும்
    துவளாத கடல் நீ; திரைக்
கானகத்தில் பகுத்தறிவுக் கனலான
    பெரியார் திடல்நீ; துள்ளியெழ
நாள்தோறும் உடன் பிறப்பு
    துயிலாத மடல்நீ; தமிழினத்தின்
ஒப்பிட வோர் உவமையில்லாத்
    தலை வாசல்நீ வாழி

73

துருவ ஈர்ப்பு
– சீனுராமசாமி

அது சூரிய வெளியை அண்ணாந்து பார்த்தது
நீலவானின் மேக நகர்வில் சிலிர்த்துச் சிரித்தது
நிலவின் இரவில் வெளிச்சப்பால் உண்டது.

அதன் நாவுகள் காட்சிகளுடன் பேசத்துணிந்த தருணமதில்
பேச்சு வராத பாலகனாகத் தவித்தது.

வளரும் பிறை
நெற்றிக்கு நேரே வகிடென வடபுலமும்
தென் புலமும் வகுக்கப்
போகும் நீதியின் தத்துவம்

புறநகரங்களையும்
சேரிகளையும் இணைத்து
ஒடுக்கப்பட்டவர்களின் முதுகெலும்பெடுத்து ஆதித்
தவிலின் தமிழ் மொழி இசைத்திடும் மானுடம்,

சீர்த்திருத்தத் தந்தையும்
பேச்சறிஞர் துணையும்
அதன் புரவியின் கொடிபறக்க
கவிதை தீட்டி
அதில் கதை தீட்டி
கருத்து உப்பிட்டு
போர்வாள் ஒளிர வலம் வரப்போகும்
தமிழ்ப் புலவன்
பின் தரணி ஆண்டிடும் மன்னன்.

வளமான பிரதேசத்தின்
தமிழ்ச்சொல் விளைச்சல் பூமியின் மீது
வறண்ட நிலப்பரப்பின்
என் போன்ற சிற்றுயிருக்கும் காதல் செய்யத்
தூண்டும்
துருவ ஈர்ப்பு அந்நாள் முதல் கொண்டு உண்டு.

எத்தனை திட்டங்களை
வரமெனத் தரப்போகும்
அதன் ஆணையிடும் நாவில் அச்சிற்றூர் வழக்கப்படி,
பாலகன் பின்னாளின் பகுத்தறிவுச் சூரியன் என்பதறியாமல்
கைப்பிடிச் சூலத்தில் கீறினர்.

அன்றைய சூரியனுக்கும்
சந்திரனுக்கும் நீலவானுக்கும்
ஒளியே மொழியெனினும்
அவை கவிப்புலத்தில் தம்மைச் சேர்க்கப்
போகும் பாலகன் பேசிடவே கைதட்டி ஒளிர்ந்தன.

பேச்சற்ற பாலகனின்
முதன் சொல் கேள்வியாகப் பிறந்தது.

பின் பராசக்தியிடம்
தன் கேள்வியைத் திருப்பியது.

(கலைஞர் அவர்களின் திருக்குவளை இல்லத்திற்கு 2013ம் ஆண்டு நான் சென்ற போது அவருக்குப் பேச்சு வர நாவில் சூலத்தால் கீறினர் என்ற செய்தி அறிந்தேன்; அது இக்கவிதையானது)

❖

74

தமிழ்பேசும் சூரியன்
– என்.லிங்குசாமி

◈ திருக்குவளை
   திருவாரூர்
   திருக்குறள்
   நீ

◈ லாவகமாகத் துண்டை இழுத்துவிட்டு
   ஒலிபெருக்கி முன்னால் நிற்கும்
   உன் புகைப்படம் கூடப் பேசும்
   தமிழ்

◈ நீ
   நட்சத்திரங்களை உருவாக்கிய
   சூரியன்

◈ வான் மழை பெய்தால்
   முதல் மழை வாங்கும்
   நீ வைத்த வள்ளுவர் சிலை

❖ ரயிலில் ரிசர்வேஷன் செய்து
  படுத்தவர்கள் தான் உண்டு
  நீ தண்டவாளத்தில்
  ரிசர்வேஷன் செய்து படுத்தவன்
  அதனால் தான்
  உன் ஆட்சியில் அழிந்தது
  'அப்பர்' 'லோயர்'

❖ இரட்டைக் குவளையை
  ஒழித்தது
  திருக்குவளை

❖ அன்று மட்டும் சூரியன்
  கிழக்கில் உதித்தது
  கிழக்கிலே மறைந்தது

❖ கடல் நடுவில் வைக்கப்படும் அந்தப் பேனா
  காற்றின் அசைவில் எழுதக்கூடும்
  இப்போதும்
  உன் உடன்பிறப்புக்கான கடிதங்களை

75

தமிழின் கிழக்கு!
– ஜோ மல்லூரி

திருக்குவளை தந்த திருக்குறளே!
தீந்தமிழ் தந்த பாற்கடலே!

முப்பால் குறள் ஓங்க - மூன்று
தமிழ் ஏங்க அன்னைத் தமிழே ஆட்சிபீடமென்று
ஆலோலம் பாடிய அரசகவிஞனே!

நூற்றாண்டு காணும் நூதனத் தலைவனே!
ஓர் இயக்கத்திற்குத் தலைவனாக
உன்னைத் தக்க வைத்துக் கொள்ளாமல்,
ஓர் இனத்திற்கே தலைவனாக
உன்னைத் தகவமைத்துக் கொண்டவன் நீ!

அதனால் தான்
தியாகத்திற்கு நெஞ்சைக் காட்டி,
துரோகத்திற்கு முதுகைக் காட்டி,

80 ஆண்டுகால பொதுவாழ்வையும்
போராட்டக் களத்திலேயே செலவழித்தவன் நீ!

திரையில் தீப்பந்தம் ஏற்றிய
திராவிடவாதியே!

தமிழினத்தின் ரத்த நாளங்களைச்
சுத்தம் செய்வதற்காக,
திரையில் நீ ஏற்றிய தீப்பந்த வரிகளால்
தமிழும் – தமிழனும் பூப்படைந்த சத்தம்
பூமியெங்கும் கேட்டது.

அறிவாண்மையைக் கட்டிக்காக்க
அறியாமையைச் சுட்டிக்காட்டி
திரைவாழ்வை எழுத்தாலும்
தரை வாழ்வைப் பேச்சாலும் நிரப்பியவன் நீ!

புறநானூற்றை வாளால் தீட்டி,
அகநானூற்றை யாழால் மீட்டி.
தமிழினத்தின் பேரேட்டைத்
தண்டமிழால் புரட்டியவன் நீ!

வடமொழியின் வஞ்சத்தை விரட்டி,
தென்மொழியை மஞ்சத்தில் புரட்டி,
தமிழ்மறவர் கூட்டத்தை
மானத்தால் திரட்டியவன் நீ!

இந்திச்சமரில் - தெற்குப் படையை இயக்கி,
வடக்குப் பகையை அடக்கி,
தமிழுக்குத் தங்க மகுடம் தரித்த தங்கத் தலைமகனே!

விழுதுவிட்ட மரபுக் கவிதைக்கும்,
வேர்விட்ட புதுக் கவிதைக்கும்
இடையிலே இருந்து கொண்டு,
பதி மதுரைப் படியளந்த,
அதி மதுரத் தேன்தமிழை,
மதி அதிர மாமழையாய் விருந்தளித்தவன் நீ!

தைக்கும் முள்ளாக இல்லாமல்,
தராசு முள்ளாக இருந்து
அரியணையின் அறம் காத்த முதல்வா!

வாழ்க்கையை வரலாற்றுக்கும்
வரலாற்றைக் காலத்துக்குமாக
விட்டுச் சென்ற காவியத்தலைவா!
அரசியல் களத்தில்
உனக்கு இணையான
சிங்கத்தைக் கடைசி வரை
சந்திக்காமலே
சாய்ந்துவிட்டாய் என்பதே
சரித்திரத்தின் கவலை!

இருந்தாலும், செங்கோலால் இனத்தையும்,
எழுதுகோலால் இலக்கியத்தையும் கட்டி ஆண்டு,
நீ தோண்டிய ஆழத்தையும்
தாண்டிய நீளத்தையும்
இதுவரை இந்திய அரசியலில்
யாரும் முறியடித்ததில்லை.

ஒரு இயக்கத்தையே
உடன் பிறப்பாக்கிக் கொண்ட சத்தியத் தலைவா!
உனது நினைவலைகளில் நீராடுகிறோம்.

நூற்றாண்டு என்பது காலக் கணக்கு!
கலைஞர் என்பதே தமிழின் கிழக்கு!

76

அறிவாலயமும் நீ
தலைமைச் செயலகமும் நீ

– பிருந்தா சாரதி

அடையாளம் இல்லாத தொண்டன்
அறிவாலயம் வந்தபோதும்
அவனைப் பெயர் சொல்லி அழைத்தாய்

கண்ணுக்குத் தெரியாத ஒரு மகுடம் முளைத்தது
அவன் தலையில்

வகுப்பறையில் உட்கார்ந்து தமிழ் படிக்காத எங்களை
உன் பொதுக்கூட்டங்களில் இரண்டு மணி நேரம்
நிற்க வைத்துத் தமிழ் சொல்லிக் கொடுத்தாய்

சங்கத் தமிழ் சரசரவென்று
எங்கள் சிந்தையில் சேகரமாயிற்று

உன் உதடுகளில் உச்சரிக்கப்படும் ஒவ்வொரு பெயரும்
தமிழ் நாட்டின் வரலாற்றில் இடம் பெற்றது.
ஆகவே உன்னை எதிர்த்தாவது
தம் பெயரை நிலைக்கவைக்க
உன் எதிரிகள் கூட தவம் கிடந்தனர்

துரோகங்கள் உன்னை
நிழல் போல் துரத்தின
நீயோ அவற்றை
மிதித்துக்கொண்டே நடந்தாய்

வெயிலுக்கோ மழைக்கோ
உனக்குக் குடைகள் கிடைத்ததில்லை

2000ஆண்டுப் போருக்கு
20வயது இளைஞனாய் இருந்தபோதே
முரசொலி கொட்டினாய்

போர் என்றால்
வேட்டியை வரிந்து கட்டிக்கொண்டு
முதல் ஆளாய்க் களத்தில் நிற்பாய்

புயல் மழை வந்தால்
வேட்டியை மடித்துக் கட்டிக்கொண்டு
முதல் ஆளாய் நிலத்தில் நிற்பாய்

போருக்கு நெருப்பாகவும்
வேருக்கு நீராகவும் இருந்தவன் நீ

பேருக்குத் தலைவன் இல்லை நீ
அதனால்தான் ஊருக்குள்
யாருக்கும் உன் போல் புகழில்லை

காயங்களையே அலங்காரமாக்கிக் கொண்ட
களப்போராளியே

ஆதிக்க வெறியோடு நுழைய முயன்ற ரயில்களை
தண்டவாளத்தில் தலைவைத்துப் படுத்துத் தடுத்தாய்

பெரியாரின் மூளையையும்
அண்ணாவின் இதயத்தையும்
ஒருசேரப் பெற்றவன் நீ.

உன் கல்லறையும்
தமிழ்ப் பகைவர்களின் சிம்மசொப்பனம்
எங்களுக்கோ அது அன்பகம்

உன் பேனாவுக்குள்தான்
எத்தனை கற்பனைகள்
ரோமாபுரி முதல் சமத்துவபுரம் வரை?

கருக் கொடுத்த எல்லாவற்றுக்கும்
உன் காலத்திலேயே
உருக் கொடுத்தாய்

ஆனால், எங்கள் மீது வெயிலும் மழையும்
படாதிருக்க
நீயே குடையாய் ஆனாய்
தமிழ்நாட்டின்
வெண்கொற்றக் கொடை அல்லவா நீ

காட்சிகளை எழுதிய உன் பேனாவால்தான்
ஆட்சிகளையும் எழுதினாய்
அதுவே தமிழனின் மீட்சியானது

வள்ளுவத்தை
முதலில்
குறளோவியமாக ஏட்டில் எழுதியாய்
பின்
வள்ளுவர் கோட்டமாகச் சென்னையில் கட்டினாய்
பிறகு
வானுயர்ந்த சிலையாகக்
குமரியில் எழுப்பினாய்

தமிழ்க் கப்பலுக்கு அதுதான்
கலங்கரை விளக்கு என்று
எளிதாய் உணர்த்தினாய் எங்களுக்கு

இறவாப் புகழ் பெற்றவனே
தமிழ்நாட்டின் தலைமைச் செயலகம் நீ
தமிழ் இலக்கியத்தின் அறிவாலயம் நீ
பேருந்தில் வரும்போது
குமரியில் இருந்து சென்னை வரும் வரை
பாலங்களில் எல்லாம்
உன் பெயரைப் பார்த்துக்கொண்டே வருவேன்

நீ அமைத்த வள்ளுவர் சிலையின் நிழல்
நாடாளுமன்றத்தின் மீதும் விழவேண்டும்
ஐ.நா. வையும் தமிழ் ஆள வேண்டும்
தமிழன் தலைநிமிர்ந்து வாழவேண்டும்

77

திருக்குவளைச் சூரியன்

– பொத்துவில் அஸ்மின் (இலங்கை)

திருக்குவளைச் சூரியனே
திருக்குறளைச் சுமந்தவனே - நீங்க
இருக்குமட்டும் எம்மக் காத்தீங்க? - இன்று
அலைகடலாய்த் தமிழுலகே
அழுமொலிதான் கேக்கிறதா
எம்முசுரே எங்க போனீங்க...?

ஓம்பேச்சில் ஆசவரும்
பொம்பளைக்கும் மீசவரும் - அதில்
அக்கினிய எரியவிட்டீங்க - ஒங்க
தேன் தமிழில் பூமலரும்
தெளிவு பெற்றார் பாமரரும்
ஆழ்கடலே அடங்கிவிட்டீங்க..

சட்டமன்றத் தேர்தலிலும்
சரித்திரத்தப் படச்சவரே - நீங்க
சாவுக்கெல்லாம் லீவுவிட்டீங்க - எங்க
பாட்டாளி மக்களுக்காய்ப்
பாடுபட்டு ஒழச்ச ஓம்ம - நாங்க
பல தடவ கொன்னுப்போட்டோங்க..

அதிகாலை வேளையிலே
ஆர்வமுடன் தினமெழுந்து
நீங்க சூரியன தோக்கடிச்சிங்க - ஒங்க
முரசொலியப் பாக்காம
முழுநாளும் போனதில்ல - எங்க
முத்தமிழே எழுந்து நில்லுங்க...

மெரினா கடற்கரையில்
ஒங்களுக்கு இடமில்லன்னு
கண்டவங்க சொல்லி வந்தாங்க..
கத்தியின்றி ரத்தமின்றிக்
கண்ட அந்த யுத்தத்திலும்
கடைசியிலே வென்றவர் நீங்க..

நீங்க நல்லவரா கெட்டவரா
எங்களுக்குத் தெரியலிங்க - எமக்குச்
செஞ்சதெல்லாம் நல்லதுதாங்க - இங்க
உள்ளவங்க போனவங்க
புத்தர்களா சொல்லிடுங்க - இங்க
உத்தமர்கள் யாருமில்லிங்க..

'உம்'மென்னாக் கவித வரும்
'இம்'மென்னாப் பாட்டுவரும் - நீங்க
அடிச்சதெல்லாம் 'சிக்சரு'தாங்க - அவுக
தவறுகளப் பாத்திருக்கத்
தலகுனிஞ்சி கால்பிடிக்கத்
தகுதியற்ற 'மிக்சரா' நீங்க..?

காலத்தை வென்று நிற்கும்
கலைஞர்புகழ் புரியாமல் நாங்க
கட்டுமரம் என்று சொன்னோங்க...
வாடிநின்ற இளமரங்கள்
வரலாறு படைப்பதற்கு - வழி
காட்டும் மரம் ஆனவர்நீங்க.

தீண்டாமை ஒழிப்பதற்குத்
தீயெடுப்போம் என்று சிலர்
வாயால வட சுடுவாங்க - அன்று
நாதியற்ற மக்களையும்
நல்லபடி வாழவைத்தீர்
அது எதையும் மறக்கல நாங்க

❖

78

தமிழர்களின் விதை நெல்

– கவிதா ஜவகர்

பூமிக்குள்
புதைத்து வைத்த நூலகமே

தீப்பெட்டி அளவுக்குள்
அடங்கிக் கிடந்த திரைத்தமிழைப்
பராசக்தியால் பற்ற வைத்த தீக்குச்சியே

நீ தீபாவளிக்கு வெடிக்கும்
லட்சுமி வெடி அல்ல
தமிழர்களுக்காக வெடிக்கும்
இலட்சிய வெடி

நீ தொட்டால் சந்திரன்
உன்னைத் தொட்டால் சூரியன்

உடன் பிறப்பே என்று
நீ எழுதினால்
எழுத்துக்கள் எழுந்து நிற்கும்
சட்டசபையில் நீ பேசினால்
வார்த்தைகள் வாளேந்திநிற்கும்

கத்தியால் குறி பார்த்தவனையும்
புத்தியால் சரி பார்த்தவன் நீ

அதிர்ஷ்டத்தால் அமைந்ததில்லை
உன் அதிகாரம்
புதையலாய்க் கிடைத்ததில்லை
உனக்கான புகழ்
சிறைவாசத்தில் இருக்கும் போதும்
நீ தலைவன்
சிம்மாசனத்தில் இருந்தபோதும்
நீ தொண்டன்

உன்னை முதுகில் குத்தியவர்களை விட
உன் பெயரைப் பச்சை குத்தியவர்களே அதிகம்

காத்து கருப்புக்கு அஞ்சாத கருப்பசாமி நீ
அக்ரகாரத்திற்கு அடிபணியாத அய்யனார் நீ

நீ இட்ட
ஒவ்வொரு கையெழுத்தும்
கைநாட்டுகளைக்
கையெழுத்துகளாய் மாற்றியது

இடுப்பில் கட்டிய துண்டைப்
பரிவட்டமாய் மாற்றியது
செருப்பு தைப்பவரை
பூட்ஸ் போட வைத்தது
மேல்சட்டை அணியாதவரை
கோட்சட்டை அணியவைத்தது
அடுக்களைப் புகைக்குள்
அகப்பட்ட பெண்களுக்கு
ஆக்ஸிஜன் தந்தது

ஆலயத்தில் நுழைய முடியாதவரை
அர்ச்சகராகவே ஆக்கியது..
வீட்டுக்கு ஒரு பட்டதாரி
வீதிக்கு ஒரு அரசு அதிகாரி என்று அமல்படுத்தியது
ஜார்ஜ் கோட்டைக்குள்
நீ முழங்கினால்
செங்கோட்டையே அதிர்ந்தது

தண்டவாளத்தில் நீ
தலைவைத்த பின்புதான்
தமிழ் தலைநிமிர்ந்து நின்றது..

ஆளுங்கட்சியாய் நீ
ஐந்து முறை ஆட்டநாயகன்
எதிர்க்கட்சியாய் ஏழு முறை
ஆட்டிவைத்த நாயகன்

கருப்பும் சிவப்பும்
கட்சிக்கொடி அல்ல
தமிழர்களை இணைத்த தொப்புள்கொடி

கலைஞரின்
நூறாண்டு அனுபவங்கள்
தமிழர்களின் நூற்றாண்டு அடையாளங்கள்

பெரியார் கண்ட
திராவிட மண்ணில்
அண்ணா விதைத்த நெல்மணிகளில்
கலைஞர்
தமிழர்களின் விதைநெல்

❖

79
அருள்செல்வத்தின் ஆயுதங்கள் ஆறு
– அமிர்தம் சூர்யா

கருத்தாயுதம்

கடிதங்கள் கலைஞர் கையிலிருக்கும்
நாத்திக பாஞ்சசன்யம்
ஐந்து கடிதம் எழுதி ஐந்து லட்சம் பேரைப்
பேரணிக்கு திரட்டிய தீரம்
என் உயரம் எனக்குத் தெரியும் - என்றபடியே
எம் தமிழனின் உயரம் கூட்டிய
கருத்தியல் உடற்பயிற்சியாளர்

மொழியாயுதம்

அடித்தல் இன்றிப் பிழையின்றி எழுதுவார்
ஆயினும் - பிழையானால்
அடிக்காமல் அடுத்தவரியாலே
அதைப் பிழையற்றதாக மாற்றுவார்.
மடி மீது தலையணை வைத்து
எழுதுவதுதான் அவர் வழக்கம்
மகாதமிழன்னை அவர் மடி மீது
களைப்பாறுதல்தான் பழக்கம்

இயக்கமாயுதம்

கலப்புத் திருமணத்தால் சாதியைக்
களையெடுக்க முயன்ற சமூக உழவனவர்.
தமிழ்த்தாய் வாழ்த்தை அரசாணை மூலம்
அறிவித்த தமிழின் உரம் அவர்.

எனது மூளையே
எனக்கு டைரி என்றார்
தமிழக மூலையெல்லாம்
சுயமரியாதைச் சூட்சுமப் பக்கங்களை
மனதினில் பதியமிட்டார்

பெயராயுதம்

பெயரில் என்ன இருக்கு .. என்பது
ஆதிக்கத்தின் பேத்தல்
பெயரில்தான் எல்லாம் இருக்கு என்பது
சுயதிமிர்க்கு மாற்றல்
பெருசு, வேம்பன் பெயரெல்லாம்
பெருஞ்சோழன், வெற்றிமாறன் ஆக்கினார்
விளிம்பு மனதினில் மையஏணியை நட்டு வைத்து
உளவியலரசரானார்

திரையாயுதம்

கேள்விக்குறிக்கும் அரிவாளுக்கும் வித்யாசம் இல்லை
என்ற வசனத்தினூடே
காத்திரமான யுத்த சூத்திரத்தை ஒளித்து வைத்த
திரைச்சிற்பி அவர்
மனச்சாட்சி உறங்குகையில்
மனக்குரங்கு ஊர் சுற்றுமென
மானுட ஜனநாயகத்தை உசுப்பி
அரசியல் ஞானத்தை அரிச்சுவடியாக்கியவர்

உடலாயுதம்

ஆதியில் தி.க. கொடி கருப்பு நிறமாக வந்தது
அச்சுக்குப் போகும் முன்
ஊசியால் தம் விரல் குத்தி
சிவப்புப் புள்ளி வைத்த வடிவமைப்பாளன் அவர்
அந்த ரத்தக் குறியீடுதான்
சிவப்புச் சித்தாந்தத்தையும் அரவணைத்தது
உயிர்அடங்கும் வரை உடலை ஆயுதமாக்கித்
தமிழ் மண்ணைச் செம்மையாக்கியது

❖

80

சரித்திரத்தின் அதிசயம் நீ

– சென்னிமலை தண்டபாணி

ஆதிக்கச் சக்திகளின்
ஆணவத்தை வேரறுத்துப்
பாதிக்கப் பட்டோரின்
பக்கத்தில் நின்றவன்நீ.

கரகரத்த குரலுக்குள்
கட்டுண்ட தமிழகத்தின்
நரம்புகளில் நீயன்றோ
நதிநீராய் ஓடுகின்றாய்.

சொல்லெடுத்து விளையாடும்
சூட்சுமத்தை அறிந்தவனே..
கல்லெடுத்தே எறிந்தோர்க்கும்
கனிகொடுத்துப் பார்த்தவனே!

நெருப்பாற்றில் நீச்சலிட்டு
நீவந்த காரணத்தால்
வருங்காலத் தமிழினத்தின்
வழிகாட்டி ஆனவன்நீ..

எளியோரை மேலேற்ற
ஏந்திவந்த பகுத்தறிவின்
ஒளியாலே உளம்அளந்தாய்
உயிர்க்குலமே ஒன்றென்றாய்..

ஓயாமல் தினமெழுதி
உடன்பிறப்பின் அன்பெழுதிச்
சாயாமல் நிலைத்தவன்நீ..
சரித்திரத்தின் அதிசயம்நீ..

❖

81

சூரியனும் நீயே குளிர் நிலவும் நீயே

– சக்தி ஜோதி

திருக்குவளை மண்ணின் திருமகனும் நீதான்
தமிழன்னையின் அருந்தவப்புதல்வனும் நீதான்
அன்னை அஞ்சுகம் வயிற்றில் சுமந்த
முத்துவேலரின் பெருவிருட்சமும் நீதான்

எழுதுகோலே உன் அடையாளம்
உதய சூரியனே உனது சின்னம்
பகலுக்கு வெளிச்சம் நீ தந்தாய்
நிலவுக்கும் ஒளி நீயே தந்தாய்

நேர் கொண்டு எதிர்த்த பகையையும்
நூல் கொண்டு நிகழ்த்திய தந்திரங்களையும்
உன் மொழி கொண்டு வீழ்த்தினாய்
முரசொலி'த்து வென்றாய் நீ

ஆண் பெண் குழந்தைகள் முதியோர்
உயர்ந்தோர் தாழ்ந்தோர் எவரெனினும்
எட்டாக்கனிகள் எதுவென்றறிந்து
கிட்டா வரமளித்த வான்மழை நீதான்

இயல் இசை நாடகக்கலையில் நிறைந்தாய்
அல்லும் பகலும் கட்சிப்பணியில் கரைந்தாய்
எளிமை வலிமையென ஆட்சியில் சிறந்தாய்
கொடையில் மாமலையென உயர்ந்தாய்

உடன்பிறப்பே' என்ற உன் குரலுக்குத்தான்
உயிர்த்துச் சுழன்றது இவ்உலகம்
உன் உதிரம்தான் உடலென உயர்ந்து
உயிராய்க் காக்கிறது இம்மாநிலத்து மக்களை.

❖

82

இன்னொரு சூரியன்

– நா.வே.அருள்

கலைஞரே!
உனது இளமைக்காலக் காதலியைப் போல
இன்றும்
உன் வார்த்தைகளைக்
காதலிக்கிறேன்.

ஒரு சுயமரியாதைச் சூரியனை
மஞ்சள் துண்டால் மறைத்துவிட முடியாது.

நெருக்கடிக் காலத்தில்
ஆட்சியை இழந்த அதியமான்
ஆனால்
உனது குடத்துக்குள்ளேயே
கூழாங்கல் போட்டுக்
குடிநீர் களவாடின காவிநிறக் காக்கைகள்

நீ எழுதிய சமூகக் கவிதையின்
சில கலைச் சொற்கள் ...
"உழவர் சந்தை, சமத்துவபுரம்
நமக்கு நாமே திட்டம்"
இன்னும்.. இன்னும்...

யானையின் தும்பிக்கையை
எறும்புக்கும் வைத்தவன் நீ!

கற்பனைக் கயிலாயத்தில்
பெண்ணுக்கு இடப்பாகம்
சிவபெருமான்களின்
புராணப் பொய்கள்
நீதான் பெண்ணுக்குப்
பாதிச் சொத்தினைப் பங்கிட்டுக் கொடுத்தாய்

நிஜத்தில் நீ
அர்த்தநாரீசுவர ஆண்தாய்!

நீ அனைத்துச் சாதியினரையும்
அர்ச்சகராக்க ஆணை பிறப்பித்தபோதுதான்
ஆண்டவனே பக்தனாய் மாற
ஆசைப்பட்ட தருணம்!

தொல்காப்பியப் பூங்காவே!
உயர்வு நவிற்சியணி உனக்குப் பிடிக்கும் என்பதால்
சொல்கிறேன்...
கடவுளே நாத்திகனாகி
உன் கல்லறை பார்க்க வருவான்.

ஆனால்... காலமோ
கசப்பின் கனி!

உனது ஆட்சியின் அவைக் குறிப்பிலிருந்து
நீக்குவதற்காகவே
அரசியல் சினிமாக்கள் சில
அரங்கேறின!

அரிதாரம் பூசியவர்கள் ...
அரசியல் அக்ரஹாரத்தின்
முகமது பின் துக்ளக்குகள்!
தலைநகரை
திராவிடத்திலிருந்து
ஆரியத்திற்கு மாற்றும் ததிங்கிணதோம்.

காலம்
போலி கர்ப்பங்களைப்
புதையல் என்றது...
சநாதனத்தின் சாயலில்
சட்டமன்றங்கள்!
திராவிட வேட்டிகளில்
திருமண் சாயங்கள்!

ஒருவழியாய்
தப்பித்தது தமிழகம்!
திரும்பவும் வேர்விடும் திராவிடம்.

கலைஞரே!
உனது இளமைக்காலக் காதலியைப் போல
இன்றும்
உன் வார்த்தைகளைக்
காதலிக்கிறேன்
"நானும் கம்யூனிஸ்ட்டுதான்"

உன்னிடம்
மார்க்சியக் கருப்பை
இல்லையெனச் சொல்லக்கூடும்
ஆனால் அதில்
ஜனித்தது
ஸ்டாலின் அல்லவா?

❖

83

திகைத்தது அறிவியல்
– வல்லம் தாஜுபால்

நந்தவனக் குளத்தில்தான் குவளை பூக்கும் - கலைஞரோ
குவளையில் பூத்த நந்தவனம் –திருக் குவளையில் பூத்த...

ஏழை என்றாலே இரக்கப் படுபவர் ஆகஸ்டு
ஏழை, தாம்மறையத் தேர்ந்தெடுத்தாரோ?

தமிழகத்தில் மெரினா இருக்கிறது என்றார்கள் அன்று
தமிழகமே மெரினாவில் இருந்ததைக் கண்டார்கள்

பெரியார் மூளை அண்ணா இதயம்
சரியாய்க் கலந்து சமைத்த வடிவம்இவர்

கல், பெண் ஆனதாம் ராமன் கால்வைத்ததால்
டால்மியாபுரம் கல்லக்குடியானது
தண்டவாளத்தில் இவர் தலை வைத்ததால்

இரும்பும் கூட ஏதோஓர் கொதிநிலையில்
உருகும் என்பது வேதியியல்
எந்தக் கொதிநிலைக்கும் திடம்மாறா இவராலே
திகைத்து நின்றது அறிவியல்

காந்தம்போல் கவருமிவர் கரகரத்த தொண்டை
காலம் மறக்குமோ இவர்செய்த தொண்டை?

சீனத்துப் பெருஞ்சுவரும் இவர் சிறப்பெழுதப் போதாது
வானத்துப் பரப்பளவும் இவர் புகழுக் கீடாகாது

நிர்வாக ஆற்றலால் நிமிர்ந்தது சேப்பாக்கம்
எழுத்து ஆற்றலால் எழுந்தது கோடம்பாக்கம்
வள்ளுவர் கோட்டத்தால் உயர்ந்தது நுங்கம்பாக்கம்
அடக்கமானாலும் அவர் அனல்வீசும் கல்பாக்கம்அதை
அறியாதோர் கீழ்ப்பாக்கம்

84

கலைஞர்

– இளம்பிறை

காலநதியில்
கரை புரளும் வரலாறு
ஞாலப் பெருவெளியில்
நிலையான பெரும்பேரு
கோலச் செம்மொழியின்
திருவிழாப் பெருந்தேரு
நீலத் திரைகள் நின்
நினைவலைகள் ஓயாது

✧

கல்லை, கவி மனதை
இலக்கியத்தில் புகழ்பேசி
கண்முன் இருக்கும் உயிர்
பெண்மைதனை அலர்தூற்றி
இல்லை பெண்களுக்கு
எவ்விடத்தும் சமநீதி
எனவே சீர் செய்தாய்
சொத்தில் சரி பாதி

✧

பாரில் தனித்துயர்ந்த
பைந்தமிழரின் பண்பாடு
யார் எதிர் என்றாலும்
நிலையான கோட்பாடு
வேராய் நிலம் புதைந்த
இலக்கியப் பொன்னேடு
மாறா அவர் புகழை
மண்ணகமே தினம்பாடு

❖

85

பாட்டுக்குப் பெருந்தலைவன்
– மௌனன் யாத்ரிகா

1. பகைவரை விரும்பு

எதிரிகளை
விரும்பாதவனாக இருந்தேன்;
அவர்கள் நேருக்கு நேர் நின்று மோதுபவர்களாக
இருந்தார்கள்;
நெஞ்சுக்கு நேராகத்
துப்பாக்கியை உயர்த்தக் கூடியவர்களாக இருந்தார்கள்;
முதுகுக்குப் பின்னால்
குத்தக் கூடியவர்களென்று
என் நண்பர்களைச் சித்திரித்தார்கள்;
அதிருப்தியாளர்களுக்குத்
தலைவனாக இருப்பதற்குப் பதில்
எளிமையான
கடைக்கோடி மனிதனாக இருப்பது நன்றென்றார்கள்;
எப்போதும் என்னைத்
தாக்குதலுக்கு தயார்படுத்திக்கொண்டே இருந்தார்கள்;
உலகம் துரோகிகளால் ஆனது என்ற
எதிரிகளின் வார்த்தைகளை
நான் வெறுத்தேன்;
என் எண்ணங்களைக்
கலைஞர் மாற்றினார்;
பகைவர் என்போர்
நமக்கு எதிரே நிற்கும்
புலியைப் போன்றவர்கள்,
மோதினால்
வெல்வதோ தோற்பதோ
கௌரவமாக அமையும் என்றார்.

2. பாட்டுக்குப் பெருந்தலைவன்

செருகளம் ஒன்றில்
ஒரு வீரனாய் வரித்துக்கொண்ட
கனவு நேர்ந்தது
பறந்தலையெங்கும் குருதி காய்ந்த வாட்கள்;
கறுப்பும் சிவப்பும் கலந்த கொடி
பறக்கிறது;
களத்தில் ஒருவர்
போர்த்தமிழில் முழங்கினார்;

"எதிரிகள் பக்கமிருந்து
பகைச்சத்தம் கேட்கும்போது
களத்தில் நிற்கின்ற நம் கால்கள்
மண்ணில் அழுந்த வேண்டும் ;
நம் குதிகால் பலத்துக்கு
விரிசல் விடும் நிலத்தின் அதிர்வை
உணர்கின்ற பகைக்குழாம்
தமது வில்லை வளைக்கத் திணற வேண்டும்;
தாக்குதலை விரும்பாதவன்
உடம்பிலும் மனதிலும் ஒருபோதும்
உரமேற்றிக் கொள்ள முடியாது;
எதிரியின் மூத்திரப்பை உடைவதுபோல்
பார்க்கின்ற வீரனுக்குப்
பரணி பாட புலவர் விழைவர்;
கடைதிறப்பர் காதல் பெண்டிர்;
வீரனுக்குச் சாவில்லை; விளைவு முக்கியம்; மோதுவோம்
பகைவரொடு"

இப்பாடலைப் பயில்வோருக்கு
படைநடத்திச் செல்வது யாரெனப் புரிந்திருக்கும்!
பாட்டுக்குப் பெருந்தலைவன்
முத்துவேல் கருணாநிதியெனும் கலைஞர்.

86

சந்திப்பின் சரித்திரம்

- புதியமாதவி (மும்பை)

ஞாலத்தில் முதலினத்தின் தாலாட்டைப்
பெருநகரப் பல்லிடுக்கு
‘அண்டுகுண்டு’எனத் துப்பியபோது
மித்தியில் மிதந்த தொட்டில்களின் அழுகுரல்
கீழடியை அசைத்தது.

‘லுங்கி அடாவ்’ கலவரத்தில்
கிழிந்துபோனது
எங்கள் வேட்டிகள் மட்டுமல்ல.

‘ஸாலா மதராசி’ கூவியது சண்டைக்கோழி!
தலைகுனிந்தன அரபிக்கடலின் அலைகள்.

இந்துமாக்கடலுக்குக்
குப்பைத்தொட்டியாய் எம் குடிசைகள்.

காற்றழுத்தம் கடலின் சீற்றம்
திசை தெரியாமல் துடுப்புகள் தடுமாறின.

தெற்கில் உதித்த துருவ நட்சத்திரம்
திரும்பிப் பார்த்தது

இருண்டுப்போன துருவபதம் விழித்துக்கொண்டது
சரித்திரம் ஒற்றுப்பிழைகளைத் திருத்திக்கொண்டது.

எழுதப்பட்ட ஒப்பந்தங்கள் மீறப்படும் அரசியல்
இன்னும் எழுதவில்லை
உன் சந்திப்பில் உயிர்த்தெழுந்த
தமிழ(ழி)ன் முகவரியை.

பிகு:

(16மே, 1978ல் மும்பை ஒபேரா ஹோட்டலில் கலைஞரைச் சந்தித்தார் பால்தாக்கரே. அச்சந்திப்பு மும்பைத் தமிழர் வாழ்க்கையில் திருப்பு முனையை ஏற்படுத்தியது)

❖

87

கலைஞர் நூற்றாண்டு கவிதைப் பூச்செண்டு
– குகை மா புகழேந்தி

முத்துவேலர் உடனுறைந்த
அஞ்சுகத் தாய் மடி நிறைந்து
முத்தமிழின் வித்தகராய்
வந்துதித்த பொற்கதிராம்
வெத்துவேட்டு ஆரியரின்
வித்தை காட்டும் சூழ்ச்சிகளை
வென்று காட்ட வந்தவராம்
அஞ்சிடாத செஞ்சுடராம்

பத்துப்பாட்டு எட்டுத்தொகை
சங்கமும் தொல்காப்பியமும்
பட்டை தீட்டும் வைரமெனக்
கற்றறிந்த நெஞ்சுரமாம் - திமிராய்
கெத்துக் காட்டி எவர் வரினும்
புத்தியாலே புரட்டிப்போடும்
கன்றிப் போன காயங்களில்
கட்டி வைத்த வெஞ்சினமாம்

நித்தமொரு குறுவாளைக்
குத்தவரும் கொடியோரை
நித்திரைக்கு முன் எழுதும்
சொற்களிலே தோற்கடித்தார்
புத்தம் புதுப் பார்வையிலே
புத்துலகாய்த் தமிழகத்தைப்

பத்திரமாய் மேம்படுத்தப்
பம்பரமாய்த் தானுழைத்தார்

உத்தமராம் பேரறிஞர்
உளப்போக்கைத் தானறிந்து
உளமாரப் பெரியாரின்
பகுத்தறிவால் சூளுரைத்தார்
எத்திசையும் புகழ் மணக்கும்
திருக்குறளை தினமுரைத்து
எம்பெருமான் வள்ளுவனை
வானுயரச் சிலையெடுத்தார்

கத்தும் கடல் கரையலையாய்
கொட்டும் பெரு தொடர் மழையாய்
கட்டுடைந்த வெள்ளமெனக்
கற்பனையால் கவி படைத்தார்
கொத்தும் விஷப் பாம்புகளும்
குற்றம் செய்யும் பாவிகளும்
கொட்டமிடும் ஈனமதைக்
கொத்துக்கொத்தாய் வேரறுத்தார்

எத்தனைபேர் பாடுபட்டும்
செத்தொழியாச் சாதிமதம்
எட்டி நின்று வெட்கமுறும்
சமத்துவபுரம் கண்டார்
அத்தனைக்கும் முன் மொழியாம்
நம் தமிழை முன்மொழிந்து
அற்புதமாய் செம்மொழியாய்
அரவணைத்து நிதம் நின்றார்.

வாழ்க கலைஞர் புகழ்
வளர்க அவர் தமிழ்

❖

88

காலத்தின் கொடை
– *ராஜகம்பீரன்*

இருண்ட
தமிழ் நிலத்தின் மீது
ஒளியேற்றிய
சூரியச் சுடர் நீ

வாழ்வின் வழிநெடுகத்
தொடரும் துயரங்களுக்கு
வழிபாட்டை மட்டுமே
நம்பிய மக்கள்
கைவிடப்பட்ட போது
தோன்றிய
கடைசி நம்பிக்கை நீ

சாதி மத போதையிலே
வீழ்ந்தவர்களின் பாதையைச்
செப்பனிட்டாய்

சனாதனப் படுகுழியில்
சமத்துவப் பூச்செடியை
நட்டு வைத்தாய்

எதிரிகள் கூட
நலமோடு வாழட்டும் என்று
அன்பினால்
விட்டு வைத்தாய்

புத்தனையே
சொந்த நிலத்தில் இருந்து
அந்நியப் படுத்திய
பார்ப்பனியத்தால்
அசைக்க இயலவில்லை
உன் அதிகார பீடத்தை

கடல் முழுக்க
உப்பால் நிறைந்திருப்பது போல
உன் வாழ்க்கை நிறைந்திருக்கிறது
சமூக நீதிக்கான
உழைப்பால்

❖

89

உடன்பிறப்புகளின் உயிரெழுத்து
- கலைமதி ஆனந்த்

முத்தமிழ் முதல்வரே
உங்களைப் பிரிந்த பெருவலிச் சுவடுகள்
உள்ளக்கூட்டில்
நுரைத்துக் கிடக்கின்றன
நூறாண்டு நுரைகளாய்

உயிரினும் மேலான
உன் கரகரத்த குரலில்
ஊனழிந்து போவோமே

உன் விரலின் மின்அசைவில்
செயல் திசைகளைக்
கட்டி இழுப்போமே

வார்த்தை விரதம் இருந்து
அதிகாலையில் நீ எழுதும்
முரசொலி கடிதங்களில்
விருந்துண்டு களிப்போமே

கறுப்புக் கண்ணாடிக்கு மேல்
புருவம் உயர்ந்து நெற்றிக் கோடு இடிக்கையில்
ஐவிரலில் விரியும் சூரியன்களாய்
உன் திசை தொழுவோமே...

கலைஞரே
உனை மறப்பதெப்படி?

உடன்பிறப்புகள் உச்சரிக்கும்
நான்கெழுத்து மந்திரம்

ஐந்தடியால் தமிழாண்ட
திராவிட வாமனன்

ஈராயிரம் ஆண்டுகளின்
வரலாற்றுக் கீழடி

திரையில் தெறித்த உன் எழுத்துத் தீயில்
பற்றி எரிந்தன சாதியத் தெருக்கள்

திராவிட மதுவோ
திராவக ரசமோ
ஊற்றப்படுவது எதுவாயினும்
உதட்டோரப் புன்னகையுடன் ஏற்கும்
கொள்கைக் கொள்கலன்

பனிப்பாறையில் இடித்துத் தெறித்த
பிரமாண்டக் கப்பல் அல்ல
தமிழர்களைக் கரையேற்றிய
சமத்துவக் கட்டுமரம்

வானில் மேகமாய் மிதப்பதை விட
இரு மலைகளின் எல்லையில்
சூரியனாய் ஒளிர விரும்பியவன்
வானம் முழுக்க உன் வசம் என்பதை
வடக்கு மேகங்கள் அறிந்தே இருந்தன

உன்னால் மட்டுமே முடிந்தது
சக்கர நாற்காலியில் அமர்ந்து கொண்டு
சக்கர வியூகம் அமைக்க
எதேச்சதிகார உலையில்

சமத்துவப் பொங்கலிட
முதல் வார்த்தையின் கடை எழுத்திற்கும்
மறு வார்த்தையின் முதல் எழுத்திற்கும்
இடைக் கணத்தில் உன்
குறுவாள் சிந்தையால்
வியக்க வைப்பாய்
தமிழுண்ட பேச்சாளர்களை
வியர்க்க வைப்பாய்

ஈரோட்டுக் கூர்முனையும்
காஞ்சியின் மென் மையும்
கூடிக்கலந்த உன் பேனாவின்
நிமிராத உழைப்பில்
நிமிர்ந்தது தமிழ்

தொல்காப்பியக் காடு
காதலர் பூங்காவானது
தளை தட்டாத குறள்
திராவிடக் குரலானது
சங்கத்தமிழின் தங்கக் கூடு
மரங்கள் கொஞ்சும் பறவைக் கூடானது
தமிழகத்தின் முக்கால் சரித்திரம்
நாலாயிரம் பக்கங்களில் கல்வெட்டானது

கறுப்புக் கண்ணாடி அணியாத
வெள்ளைக் கலைஞரை
தமிழ்நாட்டிற்குச் சொத்தெழுதி
வைத்த முத்தமிழ்க் காவலரே

வங்கக் கடலில் உதயமாகும்
உன் ஆறாம் விரல் காண
அலைகளின் விரல் பிடித்துக்
கரைக் காற்றாய்க் காத்திருக்கிறோம்

❖

90

எங்கள் தலைவர்
– அழகிய பெரியவன்

கருப்புக் கண்ணாடி,
கரகரத்த குரலோடு
தமிழ் அன்னையே
பிள்ளையாய்ப்
பிறந்த அதிசயம்.

பஃறுளி ஆறு பாய்ந்த
பெருநிலத்தில்
ஆதிமொழியழகு அஞ்சுகமும்
வேலின் வீரமும்
மகிழ்ந்து பெற்ற முத்து.

கல்தோன்றுதற்கு முன்னே
சொல் தோன்றிய இனத்தின்
பொற்காலக் கொடை
திராவிடக்
கருத்தியலின் விடை

சங்கத்தின்
அகம் புறம் அகழ்ந்து
காப்பியங்களில் தோய்ந்து
திருக்குறளிலும் தெருக்குரலிலும்
திளைத்து
தமிழுக்கு அழகு அறம்
எனக் கண்டவர்
அதைத் திரித்த
நூலை
நூலால் அறுத்தவர்!

கிழக்கைப் பெயர்த்து
தமிழ்நிலத்தில் பொருத்தி
புவிப்படத்தையே
செப்பனிட்டவர்
புகழ்ப்பணிகளின் கீழ்
ஒப்பமிட்டவர்

❖

91

சூரியப் பூ

– துரைவசந்தராசன்

தமிழர்களின் கட்டைவிரல்!ஞான ரேகை!
தன்மான நெருப்பெழுத்தின் வெற்றி வாகை!
இமைக்காமல் தும்முகிற பெருவி ழிப்பு!
இடைநில்லாப் பூமிதோற்கும் பேருழைப்பு!
தமிழ்ஞானக் கலைஞர்நீ தாய்ப்பால் ஆறு!
தன்மான வேர்!குறிஞ்சி மலையின் தேக்கு!
நிமிர்வானின் நிலாப்பறித்து விருந்து வைக்கும்
நீள்கையால் பொதுவுடைமைச் சூரி யப்பூ!

உலகத்தின் ஒட்டுமொத்தத் தமிழர் வாழ்வில்
"உடன்பிறப்பே" உயிலெழுத்து! "கலைஞர் பட்டா!"
சிலைநேர்த்திச் சொல்லெடுக்கும் விரல்நகத்தில்
செம்மொழிதன் முகம்பார்த்துக் களித்தி ருக்கும்
கலகமலை நெருங்கிவந்தால் அருக ணைத்துக்
கனிநகையால் மலைபொடித்துத் தூளி கட்டும்
விலைபோகாத் திராவிடவேர்; கலைஞர் நீயோ
வெடித்தெழுந்தால் இமயமது குள்ளத் திட்டு!

காடெழுதிப் போகின்ற நதியாய் வண்டாய்
காற்றெழுதிக் களிக்கின்ற மரமாய்,பூவாய்
ஏடெழுதி நீபோட, நதிக ளெல்லாம்
எதிர்த்திசையில் பயந்தோட எங்க ளுக்காய்
நாடெழுதிப் போனவனே!ஆரிய த்தின்
நுகத்தடிக்கும் நுரைக்காமல் உழுத உன்றன்
பாடெழுத்தே வரலாற்றுப் பாட மாகும்!
பன்னூறு தலைமுறைக்கும் வேத மாகும்!

❖

92

தமிழ்நாட்டின் கல்விப் பிதா
– கல்லாறு சதீஷ் (சுவிட்சர்லாந்து)

சமதர்மம் மறுக்கப்பட்ட தமிழ்நாட்டில்
புதுதர்மம் முளைவிட உழைத்த
அதிசயத்தின் பேர்கேட்டேன்
கலைஞர் என்றார்கள்

பாடசாலைக்கல்வியும் மறுக்கப்பட்ட தமிழ்நாட்டில்
கல்லூரிக் கல்வி வழங்கிய
அதிசயத்தின் பேர் கேட்டேன்
கலைஞர் என்றார்கள்

கடந்த நூற்றாண்டில் தமிழ்நாட்டைக்
கல்விக்களம் ஆக்கிய
அதிசயத்தின் பேர்கேட்டேன்
கலைஞர் என்றார்கள்

கேள்வி ஒன்று
எப்படி நீங்கள்
கல்லூரிகள் திறந்தீர்கள்?

நீங்கள் ஆட்சி கண்டபோது
வெறும் எண்பது கல்லூரிகள்
இன்றோ எண்ணூறுக்கும் மேல்

ஒரு தேசம் வளரக் கல்வியைத் தேர்ந்தபோது
தெரிந்ததா உங்களுக்கு
இணையம் மலருமென்று?
நீங்கள் என்ன
இரண்டாம் இராமானுஜரா?

நீங்கள் இல்லையேல் தமிழ்நாடு
பீகாரிகளின் துபாயாக மாறியிருக்காது

நீங்கள் இல்லையேல் தமிழ்நாடு
மணிப்பூரிகளின் அமெரிக்காவாக ஆகியிருக்காது

நீங்கள் இல்லையேல் தமிழ்நாடு
சத்தீஸ்கரிகளின் சவூதியாகத் தோன்றியிருக்காது.

தமிழ்நாட்டை வளர்த்தவர் நீங்கள்.
அம் மாநிலங்களும்
உம் ஆட்சியின் இருந்திருந்தால்
இந்நிலை அம் மக்களுக்குத் தோன்றியிருக்காது.

கல்வி கொடுத்த கலைஞரே
தமிழ்நாட்டை உலக அரங்கில்
தூக்கி நிறுத்திய தந்தை நீங்கள்
இது ஆய்வின் விடை

மிகப்பெரிய வினா
என்ன தெரியுமா?

தமிழ்நாட்டின்
கல்விப்பிதா யார்?

கலைஞர்;
கலைஞர் மட்டுமே.

93

உதயசூரியன்
- தி.கோவிந்தராசு (புதுச்சேரி)

திருக்குவளை பூத்த
திராவிடத்தின் உயிரெழுத்தே

தோல்விஎனும் சொல்துடைத்த
அரசியலின் முதல் எழுத்தே

எதிர்காலத் தலைமுறையின்
வளமான சிந்தனையே

விடுதலை நாளில்
தேசியக்கொடியேற்றும் உரிமையை
தேசத்தின் முதல்வர்களுக்குப்
பெற்றுத்தந்த முதல்வனே!

செம்மொழி மாநாடு கண்ட
தமிழின் புதல்வனே

மாநில சுயாட்சி
மத்தியில் கூட்டாட்சி
உன் அரசியல் சாதனை!

வீழ்வது நாமாக இருந்தாலும்
வாழ்வது தமிழாக இருக்கட்டும்
என்பதே உன் போதனை!

நீ
தமிழ்நாட்டில் தோன்றிய
உலகச் சூரியன்

மகளுக்குச் சொத்துரிமை வழங்கிய
தாயுமானவன்!

அருமறைதந்த வள்ளுவனுக்குக்
கடலலை சூழ
நெடுஞ்சிலைகொண்டவன்!

தொல்காப்பியனுக்குத்
தமிழாலே பூங்காகண்டவன்!

ஒய்வறியா மானுடமே
ஐந்து முறை நிலமாண்ட மன்னவனே

சாதிகளற்ற சமத்துவபுரம்
உழவர் துயர் துடைக்க உழவர் சந்தை
இளைஞர்களின் கனவுகளாய்த் தொழிற்பூங்கா
வேளாண்மை வளர்க்கும் இலவச மின்சாரம்
இவை
உன் சாதனையின் படிமங்களில் சில

எழுதுகோலும் செங்கோலும்
உன் இரண்டு கண்கள்
இலக்கியம் உன் 'மூன்றாம் கண்'

நீ நடந்த திசைகள் - இந்த
தேசத்தின் பாதையானது
உன் எண்ணங்களால்
வானமே உனக்கு வசமானது

உனக்குத்
தோற்றம் மட்டுமே உண்டு
மறைவு இல்லை

மறைந்துபோக - நீ
மாலைச் சூரியன் இல்லை
"உதயசூரியன்"

❖

94

யுகத் தலைவன்

- சௌவி

அறுசீர்க்கழிநெடிலடி ஆசிரிய விருத்தம்
இல்பொருள் உவமையணி
என
வகுப்பறைகள்
தமிழை ஒரு பூதமெனக் காட்டி
பயப்படுத்திக்கொண்டிருந்தபொழுது
தமிழை மேடையேற்றி
தமிழ் ஒரு பேரழகியென்று
உன் நாவால் உலகுக்கு அறிமுகப்படுத்தி
எங்கள் அச்சம் போக்கியவன் நீ

உன் உச்சரிப்புக்களாலும்
உணர்ச்சி மிகு பேச்சுக்களாலும்
பேரழகியான தமிழ்
எங்கள் வாழ்விலேறியது
தவிர்க்கமுடியாத காதலியென

நூலால் பிடிக்கப்பட்டுப்
பட்டமெனப் படபடத்துக்கொண்டிருந்த தமிழை
நூலறுத்துப் பறவையாக்கிப்
பரவசமாக
வானெங்கும் பறக்கவிட்ட
வள்ளல் நீ

உன் தீப்பிழம்புச் சொற்கள்தான்
எங்களுடைய இருண்ட பூமியில்
நிரந்தரச் சூரியனை ஏற்றி வைத்து
வெளிச்சத்தை அறிமுகப்படுத்தின

முதல் தலைமுறைக் கல்லூரி மாணவர்களுக்கு
இலவசக் கல்வி
என்று நீ இயற்றிய சட்டம்தான்
எங்களைப் பட்டதாரிகளாக்கியது

உனக்கு முன்
ஊரெங்கும் தேடினால்
அதிசயமாய்
ஒரே ஒரு பட்டதாரி இருப்பான்
அல்லது
அதுவும் இருக்க மாட்டான்
இப்போதோ
உன்னால்
ஊரெல்லாம் பட்டதாரிகள்

கண்களிருந்தும் குருடர்களாயிருந்தோம்
கல்வி தந்து
எங்கள் கண்களுக்குப் பார்வை தந்த
பரமபிதா நீ

நூற்றாண்டுகளாய்த்
தொடர்ந்துகொண்டிருந்த
ஆணாதிக்கத்தின் வேரறுத்து
பெண்களுக்கும் சொத்தில் சமபங்கு
எனக் கையெழுத்திட்டு
அடுப்படிப் பெண்களின்
அறியாக் கண்ணீரைத்
துடைத்தவன் நீ

உன்னைப்பற்றிச்
சொல்லிக்கொண்டே போகலாம்
உன் சாதனைகளை எழுத
இந்தக் கவிதை போதாது

நீ தமிழுக்கு மட்டும்
தலைவனல்ல
உன் திட்டங்களை
உலகமே காப்பியடித்தது
நீ உலகத் தலைவன்

நூற்றாண்டுகளுக்கு ஒருமுறைதான்
நல்ல தலைவர்கள் தோன்றுவார்களாம்
நீ அப்படியல்ல
யுகங்களுக்கு ஒருமுறை தோன்றும்
உன்னதத் தலைவன்
நீ இந்த யுகத்தின் தலைவன்

உன் யுகத்தில்
உன் ஆட்சியில்
உன் நாட்களில்
நாங்களுமிருந்ததால்
நாங்கள் இந்த யுகத்தின்
பாக்கியவான்கள்

95
உன் தமிழ் தானே எங்களுக்குத் தாய்ப்பால்
– க.இரத்தினகிரி

மொழியால் இனங்காத்த
எங்கள் இனமொழிக் காவலனே!
தாய்மொழிக்குச் செம்மொழித் தகுதி
பெற்றுத்தந்த எங்கள் முத்தமிழே!

பழைமைவாத இருளில்
மூழ்கிக் கிடந்த திரை மொழியைப்
பகுத்தறிவு நெருப்புப் பற்ற வைத்துப்
பைந்தமிழ் இருப்பைப்
பரவச் செய்த தொல்காப்பியமே!

இது தமிழரின் தலையெழுத்து
என்பனவற்றையெல்லாம்
உன் கையெழுத்தால் மாற்றிக் காட்டிய
எங்கள் தென் பாண்டிச் சிங்கமே!

நீலக் கடல் நடுவே
முப்பால் எழுதிய புலவனுக்கு
நீளச் சிலை வைத்த
எங்கள் குறளோவியமே!

பெரியார் சமத்துவபுரம்,
அறிஞர் அண்ணா நூலகம்,
வள்ளுவர் கோட்டம்,
கடற்கரைச் சாலையில் கண்ணகி சிலை,
உழவர் சந்தை எல்லாம்
நீ நிகழ்த்திக் காட்டியதில் என்ன விந்தை?

சனாதன வல்லூறுகள்
உன்னை ரணப்படுத்திக் கொண்டேயிருந்தபோதும்
காலம் உனக்களித்த உயரம்
அறிந்து விரைந்து செயல்களை முடித்த
ஒப்பில்லாத் தலைவா!

எங்களை விட்டுப் பிரிந்தாய்
உன் வயது மூப்பால்!
எப்போதும் உன் தமிழ் தானே
எங்களுக்குத் தாய்ப்பால்

❖

96

என்றுமுள தென்தமிழே!
– ந.பச்சைபாலன் (மலேசியா)

சங்கத் தமிழைக்கொண்டு
எளிமை, இனிமை கலந்து
எங்களுக்கு விருந்து வைத்த
பெருந்தகையே!
என்றுமுள தென்தமிழே!

உங்களுக்கு நூற்றாண்டு விழாவெனத்
தமிழுலகம் கொண்டாட
அந்தக் குதூகலத்தில் நானும் இணைகிறேன்
என்னிதய அறையில் நிறைந்திருக்கும்
உங்கள் நினைவுகளைக் கோக்கிறேன்

தோட்ட லயத்தில் பக்கமிருந்த
சின்னக்காளை கங்காணி வீட்டின்
சாயமிழந்த பலகைவழி
பராசக்தி மனோகராவாய்
இதயத்தில் நுழைந்து
என்னைக் களவுசெய்தவர் நீங்கள்!

கட்டுக்குலையாத மொழியின்
அழகை அள்ளியள்ளித் தந்து
என்னைப்
பித்துக்கொள்ளச் செய்தவர் நீங்கள்!

நீங்கள் பரிமாறிய தமிழை
அள்ளிப் பருகியே
படைப்பிலக்கியப் பாதையில்
பயணிக்கத் தொடங்கினேன்

ஒரு நாள்
இலக்கியப் பயணத்தில்
அறிவாலயத்தில் உங்களைச் சந்தித்து
உடன்வந்தோர் வணக்கம் சொல்ல
நான் உங்கள் கைகளைப் பற்றினேன்
உங்கள் தமிழ்பருகி வளர்ந்தவன் என்றேன்
"அப்படியா?" என ஒற்றைச் சொல்லால்
இதயம் குளிர்வித்தீர்கள்!

மற்றொரு பயணத்தில்
உங்களை நாடி வந்தபோது
அறிவாலய வாசலில்
காத்திருந்து எங்களை வரவேற்றீர்கள்!
அப்பொழுது உயர்ந்து நின்றது
தளர்வறியா உங்கள் தமிழ்ப்பண்பு

ஓரிரு முயற்சிகளில்
முனை முறியும் இளைஞர்களின்
மன அம்புகளைக்
கூர் சீவி விடுகிறது
ஆட்சியிலமர்ந்த
உங்களின் ஐந்தாவதுமுறை சாதனை

யார்யாரோ அவதூறுச் சேற்றை
உங்கள் மீது வாரி இறைத்தாலும்
கையில் சாணி ஏந்தாத
உங்கள் சாணக்கியம்
யாருக்கும் அரசியல் பாடம்

செம்மொழி மாநாடு கூட்டி
உலகத் தமிழ் உறவுகளை
ஒரு கோட்டில் இணைத்தீர்கள்
அந்தப் புள்ளியில் இணைந்த

மலேசிய உறவுகளை
மனத்திலேந்திக் கொண்டாடினீர்கள்!

மலேசிய இலக்கியத்தைத்
தமிழக மண்ணில்
அறிமுகப்படுத்த முனைந்த
முனைப்புகளுக்குத்
தோள் கொடுத்து எங்களைத்
தட்டிக்கொடுத்தீர்கள்!

எத்தனையோ கட்சிமாறிகளைக்
கண்டவர் நீங்கள்
நாங்கள் என்றுமே
உங்கள் கூட்டணிதான்
தமிழ்க்கூட்டணி!

இன்னும் எத்தனை எத்தனை
நூற்றாண்டுகள் கழிந்தாலும்
தமிழர்களின் நினைவடுக்குகளில்
நீங்காது நிலைக்கும்
உங்களின் திருப்பெயர்

இதோ என் இதயத்துக்குள்
நீங்கள் அனுப்பிய
தமிழ்ப்பூக்களை
நிறம் மாற்றி அனுப்புகிறேன்
உன் நினைவு மேடைநோக்கி
வாழ்த்துப் பூக்களாய்!

❖

97
திருக்குவளை இறைவனும் நீ!
- வெற்றிப்பேரொளி

கல்லும்நீ சிற்பம்நீ சிற்பி யும்நீ!
கலையும்நீ அரங்கும்நீ கலைஞ னும்நீ!
சொல்லும்நீ கவிதையும்நீ கவிஞ னும்நீ!
தொன்மைநீ தொடர்ச்சிநீ தொல்த மிழ்நீ!
வில்லும்நீ அம்பும்நீ வேட னும்நீ!
வினையும்நீ விளைவும்நீ வெற்றி யும்நீ!
நெல்லும்நீ நிலமும்நீ நீரும் நீநீ!
நேர்வகிட்டுப் பேரழகுக் கலைஞர் நீநீ!

அரசியல்நீ அதில்திசைநீ துருவ மீன்நீ!
அதிசயன்நீ அறிவன்நீ ஆற்றல் தீநீ!
முரசொலிநீ போர்க்களம்நீ மொழிமு தல்நீ!
முதன்மைநீ முழுமைநீ முன்னேற் றம்நீ!
புரட்சியும்நீ புதுமையும்நீ வரலா றும்நீ!
பொன்வான்நீ சூரியன்நீ வெளிச்சத் தேர்நீ!
இரட்சகன்நீ வள்ளுவன்நீ தமிழ்ச்சங் கம்நீ!
இலக்கியன்நீ இலக்கணன்நீ தொகைப்பாட் டும்நீ!

அண்ணாநீ பெரியார்நீ கழகம் நீநீ!
ஆளுகின்ற ஸ்டாலின்நீ! தலைத்தொண் டன்நீ!
தண்பொழில்நீ தமிழ்க்குயில்நீ தலைய ணையாய்
தண்டவாளம் கண்டவன்நீ! திராவி டம்நீ!
கண்ணியம்நீ கடமையும்நீ கட்டுப் பாட்டின்
காவலன்நீ! பகுத்தறிவு வாள்நீ! எங்கள்
தண்டுவட நிமிர்வும்நீ! தலைமு றைக்கும்
தலைவன்நீ! திருக்குவளை இறைவ னும்நீ!

❖

98

தென்னாட்டுப் பகலவன் திருப்புகழ்!

- தியாரூ

திருக்குவளை ஈன்றெடுத்த
தென்னாட்டுப் பகலவனின்
இருபுருவம் குறள்வரிகள்;
இன்பத்தேன் சொற்கனிகள்!

அருந்தமிழ்த்தாய் பாலருந்தி
அழகுமொழி வடிவெடுத்தான்;
வருணபேத விஷத்தருவின்
வேரறுக்க முடிவெடுத்தான்!

ஆரியத்தின் ஆதிக்க
ஆட்டத்தைச் சுட்டெரிக்கும்
சூரியனாய் வந்துதித்தான்;
சூழ்ச்சிகளின் தோலுரித்தான்!

எழுதுகோலின் முத்தத்தில்
எழுந்ததெலாம் தீப்பொறிகள்!
விழுந்தோரை உயிர்ப்பிக்கும்
வார்த்தையெலாம்வான்துளிகள்!

சிறைச்சாலைச் சிற்றறையும்
    சிந்தனைக்குப் பூஞ்சோலை!
நிறைஞானத் தமிழ்நெஞ்சம்
    தொடுத்ததெலாம் தமிழ்மாலை!

அரியணைதான் கொண்டாலும்
    அரசாட்சி சென்றாலும்
புரிகின்ற பெருந்தொண்டு;
    பெருவாழ்வின் திருத்தொண்டு!

'வெல்லும்சொல் இல்லை'யெனும்
    விந்தைமிகு சொல்லாட்சி!
பல்கலையின் வேந்தனவன்
    புரிந்ததுவோ நல்லாட்சி!

நூற்றாண்டு நாயகனின்
    நல்லாட்சி தொடர்கிறது!
போற்றுகின்ற பெருங்கலைஞன்
    புகழ்வாழ்வு மலர்கிறது!

99

ஆறாம் விரல்
– சிவராஜ்

எல்லாருக்கும் ஒருநாள் என்பது
ஒருநாள்
உனக்கு மட்டும் ஒரு நாளுக்குள்
ஏழு நாள்

600 ஆண்டுகள் உழைப்பை
100 ஆண்டுக்குள்
கொடுத்துச் சென்றிருக்கிறாய்

எழுதி எழுதியே
உன் விரல்களுக்குள் இருந்த
பேனாவும் ஆறாம் விரலானது

மேடையில் பேசிப் பேசியே
உன் கர்ஜனைக் குரலும்
கரகரப்பாய் ஆனது

குடியரசுத் தலைவர் பொறுப்பையே
பெண்ணுக்களித்துப்
பெருமைப்படுத்திய பெருமகன் நீ

ஈராயிரம் ஆண்டுக்கு முற்பட்ட
வள்ளுவனுக்குக் கோட்டம் வைத்தாய்
வானுயரக் குமரியிலே
சிலையும் அமைத்தாய்

உன் வாழ்வையே
உலக வரலாறாய் படைத்தவன் நீ.

13 முறை வென்றபோதும்
இருமுறை ஆட்சியைக்
கலைத்தபோதும்
ஒரே மனநிலையில் இருந்த
உத்தமன் நீ

உன் இறப்புச் செய்தியைக்கூட
நான்கு முறை கேட்டுச்
சிரித்தவன் நீ
உனக்கு இறப்பு ஏது?

100

அப்பாவின் காதலன்

- அம்பிகா குமரன்

அருகில் பார்த்திடாத
சூரியனாகவே நீங்களும்
அப்பாவிற்கு
வெகு தொலைவில்

உங்கள் திருக்குவளைத் தமிழை
முரசொலியாகக் கக்கத்தில்
இடுக்கிக் கொண்டு அவர் செய்யும்
பயணங்களில் எல்லாம்
நீங்களும் உடனிருப்பீர்கள்

நிலைச்சட்டத்தில்
அசைந்து கொண்டிருக்கும்
உங்கள் புகைப்படம்தான்
எங்கள் வீட்டுச் சாமிபடம்

கரைவேட்டிச் சுருக்கங்களைத்
தேய்த்து அடுக்கும்போதெல்லாம்
பெருமை கட்டிக்கொள்ளும்
அப்பாவின் காதலை
அவர் கண்கள் வழியாகப் பார்த்து வளர்ந்திருக்கிறேன்

மாநாட்டுப் பந்தல்களில்
நெரிசலை விட்டு
தூரத்தில் அமர்ந்து
உங்கள் குரலை
மிடறு மிடறாகச்
சுவைத்துக் கொண்டிருப்பார் அப்பா

உங்கள் முகம் தரித்த
பத்திரிகைகளை
ஒன்றுவிடாமல் சேகரித்துப்
பதுக்கிவைத்திருக்கும்
அந்த இரும்புப் பெட்டிதான்
அவர் எங்களுக்கென வைத்திருக்கும்
சொத்து

உங்களின் மஞ்சள் வண்ணத்தைக்
கடக்கும் போதெல்லாம்
நின்று துடிக்கும்
அப்பாவின் மனது

தூரத்தில் இருந்தால் என்ன
பேசிப் பழகாவிட்டால் என்ன
என் தொண்டனுக்காக நான்.
எந்த வடிவமும் எடுப்பேன்
என்பதைப் போலத்தான்
அன்றொருநாள்
அப்பாவின் மீது படிந்தது
உங்களின் சமத்துவபுர நிழல்

ஆம் தாத்தா...

அப்பாவின் காதலுக்கு
அவரின் அன்புக்கு
நீங்கள் இருந்த இடத்திலிருந்தே
அனுப்பி வைத்த காதல் பரிசு அது.

முப்பொழுதும்
உங்களின்
தொண்டனாக இருப்பதையே
விருப்பமாகக் கொண்ட
அப்பாவின் காதலுக்கு
அம்மாவும் தடைவிதித்ததாகத்
தெரியவில்லை

உங்களின் பேச்சைத்
தொலைக்காட்சிகளில் கேட்கும்போது வெளிப்படும்
அவர்கள் இருவரின் சிரிப்புமே
அதற்குச் சாட்சி

தாத்தா

அப்பா உங்களைக் காதலித்ததால் தான்
நான் இன்று கவிதைகளை எழுதிக்
கொண்டிருக்கிறேன்
எங்கள் வீட்டு நிலைச்சட்டம்
வரலாற்றைச் சுமந்தபடி இருக்கிறது.